ஔரங்கசீப்

ஔரங்கசீப்

ஆட்ரே ட்ரஷ்கெ

தமிழில் : ஜனனி ரமேஷ்

கிழக்கு

ஔரங்கசீப்
Aurangzeb
Audrey Truschke ©

© First published in Tamil by *New Horizon Media Private Limited* in arrangement with *Penguin Random House India Private Limited*. Originally Published in English as *"Aurangzeb: The Man and the Myth"* by Penguin Books India.

First Edition: January 2022
160 Pages
Printed in India.

ISBN : 978-93-90958-25-2
Kizhakku - 1246

Kizhakku Pathippagam
177/103, First Floor, Ambal's Building, Lloyds Road, Royapettah, Chennai - 600 014. Ph: +91-44-4200-9603
Email : support@nhm.in Website : www.nhm.in

kizhakkupathippagam   kizhakku_nhm

Kizhakku Pathippagam is an imprint of New Horizon Media Private Limited

The views and opinions expressed in this book are the author's own and the facts are as reported by the author, and the publishers are not in any way liable for the same.

All rights reserved. No part of this publication may be reproduced, stored in a retrieval system, or transmitted, in any form or by any means, electronic, mechanical, photocopying, recording or otherwise, without the prior permission of the publishers.

மென்மைக்கும் கடுமைக்கும் நடுவேதான்
சக்ரவர்த்தி இருக்கவேண்டும்.

- ஔரங்கசீப்

உள்ளே

	அறிமுகக் குறிப்பும் நன்றியும்	/ 9
	காலவரிசை	/ 11
1.	ஔரங்கசீப் : ஓர் அறிமுகம்	/ 13
2.	ஆரம்பகாலம்	/ 31
3.	ஔரங்கசீப் சாம்ராஜ்யம்	/ 55
4.	இந்துஸ்தானத்தின் நிர்வாகி	/ 71
5.	தார்மீக மனிதர் மற்றும் தலைவர்	/ 90
6.	இந்து மதச் சமூகங்களின் மேற்பார்வையாளர்	/ 105
7.	பின் வரும் ஆண்டுகள்	/ 119
8.	ஔரங்கசீப்பின் பரம்பரை	/ 134
	இடைக்கால பாரசீகப் பிரதிகளை வாசித்தல்	/ 146
	சான்றாதாரங்கள் பற்றிய குறிப்பு	/ 150

அறிமுகக் குறிப்பும் நன்றியும்

முகலாயப் பேரரரசர்களில் யாரேனும் ஒருவரின் வரலாற்றை எழுத வேண்டுமென விரும்பினால் அது யாருடையதாக இருக்குமென ட்விட்டரில் நண்பர் கேட்டிருந்தார். மின் அஞ்சல் மூலம் நடைபெற்ற பல்வேறு கருத்துப் பரிமாற்றங்களின் இறுதியில் ஔரங்கசீப் ஆலம்கீர் குறித்து எழுதுவது என்று முடிவெடுத்தேன். சமூக ஊடகங்களில், குறிப்பாக ட்விட்டர் மற்றும் முகநூலில், ஔரங்கசீப் குறித்த கருத்துகளும் விமர்சனங்களும் அதிக அளவில் நவீன இந்தியாவைத் தாக்கத்துக்கு உள்ளாக்கியிருந்த சூழலில், அதே சமூக ஊடகமே இப்புத்தகம் எழுதக் காரணமாக அமைந்தது சாலப் பொருத்தமே.

ஒரு வரலாற்று ஆசிரியரின் கோணத்தில், முகலாய மன்னர்களுள், முதன்மையாகவும் அதிகமாகவும் அறியப்படாதவர் ஔரங்கசீப் மட்டுமே. எனவே பல்வேறு சிக்கல்களுக்கு இடையேயும், வரலாற்று ஔரங்கசீப்பைப் பரவலான வாசக வட்டத்துக்கு அறிமுகப்படுத்த இந்நூல் ஒரு முனைவாகும்.

விளக்க ஓட்டத்துக்கும் எளிதாகப் படிப்பதற்கும் அடிக்குறிப்புகள் ஏதுமின்றி இந்நூல் எழுதப்பட்டுள்ளது. ஔரங்கசீப்பின் வாழ்க்கை, ஆட்சி விவரங்கள் முழுமையாகக் கிடைக்காத நிலையில், அடிக்குறிப்புகள் மேலும் தடையாக இருக்கும். எனது நூலுக்கான ஆதாரங்களை அறிய விரும்பும் வாசகர்கள், பின் இணைப்பாக உள்ள ஆதார நூல்பட்டியல் மற்றும் குறிப்புகளில் இருந்து தெரிந்து கொள்ளலாம். கடந்த காலம் குறித்து வரலாற்று ஆசியர்கள் எவ்வாறு எண்ணுகிறார்கள் மற்றும் நவீனத்துக்கு முந்தைய ஆதாரங்களை எவ்வாறு பகுப்பாய்வு செய்கின்றனர் என்பனவற்றைத் தெரிந்து கொள்ள விரும்பும் ஆர்வலர்களுக்கு எனது பின்குறிப்பு உதவியாக இருக்கும்.

இந்தச் சிறிய நூலை எழுத எனக்கு ஊக்கமளித்த நண்பர்களுக்கும் வெளியிடப்படாத படைப்புகளைப் பகிர்ந்து கொண்ட சகாக் களுக்கும் படங்களைத் தந்து உதவியவர்களுக்கும் கையெழுத்துப் பிரதியின் முந்தைய வரைவுகளைப் படித்தவர்களுக்கும் எனது நன்றிகள் உரித்தாகுக. இந்நூலில் காணப்படும் கருத்துகள், வாதங்கள், தவறுகள் அனைத்துக்கும் நானே பொறுப்பு.

இந்திய வரலாற்றிலேயே அதிக வெறுப்புக்கு உள்ளான ஔரங்கசீப் பற்றி எழுத எண்ணியது சாதாரண முடிவல்ல. இந்நூலை எழுதலாமா வேண்டாமா என்று தடுமாறியபோது என்னை ஊக்குவித்து ஆதரவளித்தவர்களுக்கு (அவர்கள் யாரென்று உங்களுக்கே தெரியும்) எனது உளமார்ந்த நன்றியைத் தெரிவித்துக் கொள்கிறேன்.

காலவரிசை

ஔரங்கசீப் வாழ்க்கை மற்றும் ஆட்சியில் நடைபெற்ற முக்கிய நிகழ்வுகள் பின்வருமாறு:

ஆண்டு	முக்கிய நிகழ்வுகள்
1618	ஔரங்கசீப் பிறப்பு
1633	மதம் பிடித்த யானையை ஔரங்கசீப் சந்தித்தல்
1634	பதின்பருவ வயது எட்டியதை ஔரங்கசீப் கொண்டாடுதல்
1637	ஔரங்கசீப்பின் முதல் திருமணம்
1653-54	இசைக்கலைஞர் ஹீராபாய் மீது ஔரங்கசீப் காதல் வயப்படுதல்
1657	ஔரங்கசீப் மனைவி தில்ராஸ்பானு பேகம் மரணம்
1657	ஷாஜஹான் நோய்வாய்ப்படுதல், வாரிசு மோதல் ஆரம்பம்
1658	ஔரங்கசீப் முதல் முடிசூட்டு விழா
1659	ஔரங்கசீப் இரண்டாவது முடிசூட்டு விழா
1659	தாரா ஷுகோவுக்கு மரண தண்டனை நிறைவேற்றம்
1661	முரத் பக்ஷ் மரண தண்டனை நிறைவேற்றம்
1663	ராஜா ரகுநாதன் மறைவு
1666	ஷாஜஹான் மரணம்
1666	முகலாய அரசவையிலிருந்து சிவாஜி தப்பித்தல்
1667	ஃபட்வா-ஐ-அலம்கிரி தொடங்கியது

1669	சக்ரவர்த்தியின் மக்கள் பொது தரிசனம் நிறுத்தம்
1669	காசி விஸ்வநாதர் கோயில் இடித்துத் தரைமட்டம்
1673-74	லாகூர் பாத்ஷாஹி மஸ்ஜித் கட்டுமானம் நிறைவு
1675	தேஜ் பகதூர் மரண தண்டனை நிறைவேற்றம்
1679-80	ரத்தோட் - சிசோடியா புரட்சி
1679	ஜிஸ்யா வரி விதிப்பு மீண்டும் அமல்
1679	முகலாய அரச சபையில் இந்துப் பிரதிநிதித்துவம் அதிகரிக்கத் தொடங்கியது
1680	சிவாஜி மரணம்
1681	இளவரசன் அக்பர் புரட்சி
1681	தக்காணத்துக்கு ஔரங்கசீப் வசிப்பிட மாற்றம்
1685-86	பீஜாபூர் முற்றுகை
1687	கோல்கொண்டா வீழ்ந்தது
1689	சம்பாஜி மரண தண்டனை நிறைவேற்றம்
1698	செஞ்சிக்கோட்டை வீழ்ந்தது
1704	நாடு கடத்தப்பட்ட இளவரசர் அக்பர் மரணம்
1704	தக்காணத்துக்கு ஜிஸ்யா வரி ரத்து
1705	பாரசீக ராமாயணம் ஔரங்கசீப்புக்கு அமர்சிங் சமர்ப்பணம்
1707	ஔரங்கசீப் மரணம்

1

ஔரங்கசீப் : ஓர் அறிமுகம்

மறக்க முடியாத ஔரங்கசீப்

அந்நியனாக வந்தேன், அந்நியனாகவே விடைபெறுகிறேன்.

- இறக்கும் தருவாயில் ஔரங்கசீப் எழுதிய கடிதம்

முகலாயச் சகரவர்த்தி ஔரங்கசீப் 1707இல் படுகிழமாக எண்பத்தியெட்டு வயதில் தனது வாழ்க்கையைத் திரும்பிப் பார்த்தபோது அதைத் தோல்வியாகவே கண்டார்.

மரணப் படுக்கையில் கிடந்தபடி ஔரங்கசீப் வருத்தத்துடன் பல கடிதங்களைத் தனது மகன்களுக்கு எழுதினார். குறிப்பாக மிகப் பெரிய அச்சமாகத் தனது இறை பக்தியற்ற நிலைக்காக ஆண்டவன் தன்னைக் கடுமையாகத் தண்டிப்பார் என்று பயந்தார். மன்னராக தான் இழைத்த பல தவறுகளுக்காகவும் கொடுமைகளுக்காகவும் வருந்தினார். தனது மரணத்துக்குப் பிறகு அதிகாரிகளும் ராணுவத்தினரும் படுமோசமாக நடத்தப்படலாம் என்று கடைசி மகன் கம் பக்ஷுக்கு எழுதிய கடிதத்தில் குறிப்பிட்டார்.

மூன்றாவது மகன் அஜம் ஷாவுக்கு எழுதிய கடிதத்தில் இன்னும் ஆழமாகச் சிலவற்றை ஒப்புக்கொண்டார் - தலைமைப் பண்பின்றி எனது மக்களைக் காப்பாற்றத் தவறிவிட்டேன். எனக்குக் கிடைத்த அருமையான வாழ்க்கை வீணாகிவிட்டது. கடவுள் இங்கே இருக்கிறான். ஆனால் எனது குருட்டுக் கண்களுக்கு அவனது ஆற்றல் தெரியவில்லை.

சற்றேறக்குறைய 150 மில்லியன் மக்கள் மீது நாற்பத்தொன்பது ஆண்டுகள் அரசாட்சி செய்தார் ஔரங்கசீப். முகலாய சாம்ராஜ்யத்தைப் பிரம்மாண்ட அளவில், கிட்டத்தட்ட இந்தியத் துணைக் கண்டம் முழுமைக்கும் விரிவுபடுத்தி, மனித வரலாற்றில் முதல்முறையாக ஒற்றை முடியாட்சியின் கீழ் கொண்டு வந்தார். நீடித்து நிலைக்கும் பங்களிப்புடன் சட்டக் குறியீடுகள் தொடர்பான அவரது விளக்கமும் பயன்பாடும் இருந்தன. அவரது நீதி பரிபாலனம் அனைத்துப் பின்புலங்களையும் மதங்களையும் சேர்ந்த மக்களின் பாராட்டைப் பெற்றன.

அவரது காலத்தில் வாழ்ந்தவர்களுள் இவரே மிகப் பெரிய செல்வந்தராக விளங்கினார். உலகப் புகழ் பெற்ற கோஹினூர் வைரம் உள்பட தங்கம், வைரம், வைடூரியம், கோமேதகம் என அவரது கஜானா நவரத்தினங்களால் நிரம்பி வழிந்தன. ஆனால் இந்தச் சாதனைகள் அவரது இறுதி நாள்களில் அவரது அரசியல் குறைபாடுகள் மீதான கோபத்தைத் தணிக்கத் தவறி விட்டன.

அஜம் ஷா மற்றும் கம் பக்ஷ் ஆகிய இருவரிடமும் மதம் தொடர்பான தனது குறைபாடுகளையும், இறைவனின் கசப்பான தண்டனை தனக்கு விரைவில் கிடைக்கும் என்பதையும் மனம் திறந்து ஔரங்கசீப் ஒப்புக் கொண்டார். தீவிர முஸ்லிமாக இருந்தும் இறைவனிடமிருந்து தன்னைத் தனிமைப்படுத்திக் கொண்டதாக எண்ணினார். சுமக்க வேண்டிய பாரங்கள் ஏதுமின்றி இவ்வுலகுக்கு வந்தவர், இம்மையில் செய்த பாவங்களை மறுமையில் சுமக்க நேரிடும் என்று நினைத்தார். உணர்ச்சியைத் தூண்டுகிற வகையில் அஜம் ஷாவுக்கு எழுதிய கடைசிக் கடிதத்தில் மூன்று முறை 'பிரியா விடை' பெற்றார்.

. . .

சற்றேறக்குறைய 300 ஆண்டுகளுக்கு முன்பு 1707இல் ஔரங்கசீப் இந்த உலகை விட்டுப் பிரிந்தார். மராட்டிய மாநிலம் குல்தாபாத்தில் திறந்தவெளிக் கல்லறையில் எளிமையான முறையில் அவரது பூதவுடல் நல்லடக்கம் செய்யப்பட்டது. தில்லியிலுள்ள ஹுமாயூனின் பளபளப்பான சிவப்பு மணற் பாறைகளான கல்லறை மற்றும் பிரம்மாண்ட தாஜ்மகாலில் உள்ள ஆடம்பரமான ஷாஜகானின் கல்லறை ஆகியவற்றுடன் ஒப்பிடும் போது தன்னை நினைவு கொள்ளும் வகையில் தனது கல்லறை கட்டப்பட வேண்டும் என்று ஔரங்கசீப் எந்தக் கட்டளையையும் வைக்கவில்லை.

ஔரங்கசீப்பின் விருப்பத்துக்கு ஏற்ப ஆடம்பரமோ, அலங்காரமோ இல்லாமல் சூஃபி பிரிவு இஸ்லாமிய மசூதியில் அவரது கல்லறை இன்றைக்கும் சாதாரணமாகக் காணப்படுகிறது. பின்னாளில் பளிங்குகளும் அவர் புதைக்கப்பட்ட இடம் என்பதை அடையாளம் காட்டும் தகடும் பொருத்தப்பட்டன. இருப்பினும் அவரது மூதாதையர்களின் கலை நயமும், அழகும், மின்னும் கல்லறைகளுடன் ஒப்பிடும்போது ஔரங்கசீப் தனது கல்லறை குறித்து கவலைப்படாதது ஆச்சரியமே!

தன்னை இந்த உலகம் மறக்கவேண்டும் என்று கூட ஔரங்கசீப் எண்ணியிருக்கலாம், ஆனால் உலகம் அவரை மறக்கவில்லை. இருபத்தியோராம் நூற்றாண்டில் இந்தியா மற்றும் பாகிஸ்தான் மக்கள் மத்தியில் அதிர்வலைகளை ஏற்படுத்தும் மனிதராக இன்னும் அவர் நினைவு கூரப்படுகிறார். இந்திய மக்கள் அவரது ஆட்சியையும், குறிப்பாக இந்துக்கள் மீதான ஒடுக்குமுறையையும் தீவிர விவாதப் பொருளாக்கி வருகின்றனர். ஔரங்கசீப் தீவிர இஸ்லாமிய மதவெறி கொண்டவர் என்பதிலும், வாள் முனையில் இந்துக்களைக் கொடுமைப்படுத்திக் கண்ணீரில் மிதக்கவிட்டார் என்பதிலும் பெரும்பான்மை இந்துக்களுக்கு ஐயமேயில்லை.

நவீன இந்திய வரலாற்றிலிருந்து ஔரங்கசீப்பின் பெயரை அழித்துவிட வேண்டும், உதாரணத்துக்குத் தில்லியில் ஔரங்கசீப் பெயரிலுள்ள சாலையின் பெயரை மாற்றுவது உள்ளிட்ட அரசியல் முனைவுகள் சமீபத்தில் வலுப்பெற்று வருகின்றன. இது இவரைப் பற்றியும், இந்தியாவில் இஸ்லாம் குறித்தும் வாத விவாதங் களுக்கு வழி வகுத்துள்ளன. அண்டை நாடான பாகிஸ்தானில் ஔரங்கசீப் குறித்த அணுகுமுறை கொஞ்சம் பரவாயில்லை. சிலர் ஔரங்கசீப்பைத் தீவிர இஸ்லாமிய மதவெறியர் என்னும் பெரும்பான்மை இந்தியர்களின் முடிவை ஏற்றுக் கொள்கின்றனர். பழங்கால இஸ்லாமிய ஆட்சியாளர்களுள் உண்மையான முஸ்லிம் மன்னர்களுள் ஒருவர் என்றும் சிலர் கருதுகின்றனர். இவ்வகை நவீன நோக்கங்களில் அவர் குறித்த விலை மதிப்பற்ற வரலாற்றுப் பதிவுகள் காணப்படவே இல்லை.

இருபத்தியோராம் நூற்றாண்டுத் தெற்காசியாவில், ஔரங்கசீப் குறித்த தவறான தகவல்களும் கண்டனங்களும் ஒரு புறம் இருக்க, அவரே ஒரு புதிராகத்தான் விளங்குகிறார்.

. . .

பரந்து விரிந்து அரசியல் சாம்ராஜ்யமாக விளங்கிய முகலாயப் பேரரசின் ஆறாவது சக்ரவர்த்தி ஔரங்கசீப். இந்தியத் துணைக் கண்டத்துக்கு வெளியே உள்ள உலகம் முகலாய ஆட்சி குறித்து அதிகம் பேசாவிட்டாலும், அவர்களது ஆட்சிக்காலம் மோகமும், கவர்ச்சியும் கலந்த பிரமிப்புடனேயே பார்க்கப்பட்டது. கி.பி. 1600இல் முகலாயப் பேரரசுக்கு உட்பட்ட மக்கள் தொகை அப்போதைய ஒட்டுமொத்த ஐரோப்பியர்களை விடவும் அதிகமாகும். கஜானாவில் கொட்டிக் கிடந்த செல்வம் உலகின் வேறெந்த நாட்டை விடவும் பன்மடங்கு கூடுதலாகும்.

குருதி பெருக நடைபெற்ற வாரிசுப் போரில் ஔரங்கசீப் இரு சகோதரர்களைக் கொன்றுவிட ஒருவன் உயிருக்குப் பயந்து பர்மாவுக்குத் தப்பிச் சென்றான். தந்தை ஷாஜஹானைச் சிறையில் அடைத்துவிட்டு 1658இல் ஔரங்கசீப் 'ஆலம்கீர்' (உலகைக் கைப்பற்றியவர்) என்று தனக்குத்தானே பட்டம் கொடுத்து மன்னராக முடிசூட்டிக் கொண்டார். நாற்பத்தி ஒன்பது ஆண்டு கால ஆட்சியில், பட்டத்துக்கு ஏற்றார்போல், ஒன்றன் பின் ஒன்றாகப் பல ராஜ்யங்களை இணைத்துச் சக்ரவர்த்தியானார்.

ஔரங்கசீப் வாழ்ந்த காலத்திலேயே அவரைப் பற்றிய கற்பனைகள் உலகில் உலவிக் கொண்டிருந்தன. 1675இல் இங்கிலாந்து அரசவைக் கவிஞராக இருந்த ஜான் டிரைடன் தான் எழுதிய 'ஔரங்கசீப்' என்னும் நூலில் முகலாய இறையாண்மையின் வீர சோகத்தைப் பதிவு செய்தார். இந்தியாவுக்கு வருகை தந்த ஐரோப்பியப் பயணிகளின் எண்ணிக்கை அதிகரிக்கத் தொடங்கியதுடன் பலர் ஔரங்கசீப்பைச் சந்திக்க ஆர்வமுடன் இருந்தனர். பிரிட்டிஷ், டச்சு, போர்ச்சுகீஸ் மற்றும் பிரெஞ்சு வியாபாரிகள் இந்தியாவில் பல்வேறு இடங்களில் வர்த்தகத்தை விரிவுபடுத்தியதுடன் ஔரங்கசீப்புடன் ஒப்பந்தங்களையும் மேற்கொண்டனர். அன்றைய காலகட்டத்தில் முகலாயர்களைப் பொருத்தவரை ஐரோப்பியர்கள் சாதாரணமானவர்களே. ஔரங்கசீப் தனது முன்னோர்களைப் போலவே உலக வரலாற்றின் மிகப் பிரம்மாண்ட சாம்ராஜ்யங்களுள் ஒன்றை சுமார் 3.2 மில்லியன் சதுர கிமீ பரப்பை (இன்றைய நவீன இந்தியாவின் அளவு) ஏராளமான செல்வம் செல்வாக்குடன் பல்வகை மதம் மற்றும் கலாசார வேறுபாடுகளுடன் ஆண்டு கொண்டிருந்தார்.

ஏனைய முகலாய மன்னர்களைப்போல், வரலாற்று ஆசிரியர்களின் கணிசமான கவனத்தை ஈர்க்காமல், ஔரங்கசீப் ஏனோ கடந்த பல பத்தாண்டுகளாகப் புறக்கணிக்கப்பட்டார். எனவே

ஔரங்கசீப்பின் நேரடியான வாழ்க்கை வரலாறு நமக்குக் குறைந்த அளவே தெரிய வந்துள்ளது. ஔரங்கசீப் எளிதில் புரிந்து கொள்ள முடியாத சிக்கலான மன்னராகவே விளங்கினார். அதிகாரம், நீதி பரிபாலனம், பக்தி, முகலாய ஆட்சியின் சுமை உள்பட ஏற்ற இறக்கங்களுடன் கூடிய விருப்பங்களும், ஊக்கங்களும் நிறைந்ததாகவே அவரது வாழ்க்கை அமைந்தது. அவரது காலத்துக்கும் நமது காலத்துக்கும் நடுவே நிலவும் கலாசார அறிவு இடைவெளியைக் கருத்தில் கொண்டால், எந்தச் சூழலிலும் இதுபோன்ற ஒரு மனிதர் சவாலான வரலாற்று நாயகராகவே இருந்திருக்க வேண்டும்.

எப்போது தொட்டாலும் மின்சாரம் தாக்குவதைப்போல், இன்றைக்கும் அதிர்வலைகளை ஏற்படுத்தும் வரலாற்று மனிதர் ஔரங்கசீப். அவர் குறித்த உண்மையான வரலாற்றுப் பதிவுகளை விடவும் புனைவுகளே அதிகம் உள்ளன. அவரைச் சுற்றியுள்ள தொன்மத்தை உடைத்துவிட்டால், பதினேழாம் நூற்றாண்டு இந்தியாவின் மிக முக்கியமான ஒற்றை அரசியல் தலைவர் குறித்த வரலாற்று நிஜங்களை நம்மால் மீட்டெடுக்க முடியும்.

கடந்த காலத்துக்கான பாதையைத் தற்போதையை நிலை தவிர்த்து வேறு எங்கிருந்தும் நம்மால் தொடங்க முடியாது என்பதால், நம் காலத்துக் கற்பனை ஔரங்கசீப்பிலிருந்தே இந்நூலை ஆரம்பிக்கிறேன். அவரது காலத்தைச் சேர்ந்த மனிதராகவும், வாழ்ந்த காலத்தை வடிவமைத்த சக்ரவர்த்தியாகவும், இரு வகைகளில் அவரைப் பகுப்பாய்வு செய்யப் போகிறேன்.

ஔரங்கசீப் என்னும் வில்லனின் தொன்மம்

> முகலாய ஆட்சியாளர்களின் கடைசி சக்ரவர்த்தி என்றழைக்கப்படும் ஔரங்கசீப் கடிகாரத்தைச் சரி செய்ய எண்ணி அந்த முயற்சியில் அதன் ஓட்டத்தை நிறுத்தியதுடன் அதை உடைத்தும் விட்டார்.
>
> – ஜவாஹர்லால் நேரு

2015ஆம் ஆண்டு ஔரங்கசீப்புக்குப் போதாத ஆண்டு என்றுதான் கூற வேண்டும். புதுதில்லியில் அவரது நினைவாக அமைத்த

சாலையின் பெயரை மாற்ற வேண்டுமென வருடம் முழுவதும் வாத விவாதங்கள் நடைபெற்று வந்தன. 'இந்தியாவில் சகிப்புத்தன்மையற்ற மனிதாபிமானமற்றக் காட்டுமிராண்டித் தனமான குற்றங்களை அரங்கேற்றிய கொடுங்கோலன்' என்று ஔரங்கசீப்பைக் குற்றவாளியாக்கிப் பிரச்னையை முதலில் எழுப்பியது உள்ளூர் சீக்கியக் குழு.

இந்து தேசியத்தில் நம்பிக்கை கொண்ட பாரதிய ஜனதா கட்சியைச் சேர்ந்த சில பாராளுமன்ற உறுப்பினர்களுக்கும் இந்தப் போராட்டத்தில் குதித்தனர். தில்லி வரலாற்றின் கண்ணீர் பக்கங்களைக் கிழித்தெறிய வேண்டும் அல்லது குறைந்தபட்சம் அவரது நினைவைத் தாங்கியிருக்கும் தில்லி சாலைகளின் பெயர்களையேனும் மாற்ற வேண்டுமென போர்க்கொடி உயர்த்தினர். 2015 ஆகஸ்ட் இறுதியில் புதுதில்லி அதிகாரிகள் ஒன்றுகூடி அந்தச் சாலைக்கு ஔரங்கசீப் பெயருக்குப் பதிலாக இந்தியாவின் பதினோராவது குடியரசுத் தலைவர் ஏபிஜே அப்துல் கலாம் பெயரைச் சூட்டுவது என்று ஒருமித்த முடிவெடுத்தனர். ஒரு வாரம் கழித்து நகர ஊழியர்கள் நள்ளிரவில் ஔரங்கசீப்பின் பெயரைத் தாங்கிக் கொண்டு சாலைகளில் ஆங்காங்கே நிறுவப்பட்டிருந்த பலகைகளை அகற்றினர்.

இதுபோன்ற செயல்கள் மக்கள் மனத்திலிருந்து ஔரங்கசீப்பின் நினைவை மறக்கடிப்பதற்குப் பதிலாக முன்னிலைப்படுத்தவே வழிவகுத்தன. ஒரு மாதம் கழித்து 2015 அக்டோபரில் சிவ சேனா நாடாளுமன்ற உறுப்பினர் ஒருவர் ஒலி நாடாவில் 'ஔரங்கசீப்பின் வம்சாவளி' என்று ஒரு குடிமை அதிகாரியை வசைபாடியது வெளிச்சத்துக்கு வந்தது. இந்திய முஸ்லிம்களை வசைபாட 'பாபர் வம்சாவளி' போன்ற சொற்கள் 1980களின் இறுதியிலும், 1990களின் தொடக்கத்திலும் ஆரம்பித்து நிறைவாக அயோத்தியில் இந்துத்வா கூட்டத்தால் பாபர் மசூதி இடிப்பில் நிறைவடைந்தது. ஆனால் பாபர் இடத்தில் ஔரங்கசீப் வந்தது ஏன் என்பதுதான் புரியவில்லை.

. . .

பிளவுபடுத்தும் இந்து தேசியவாத கண்ணோட்டத்தைப் பொருத்த வரை பாபராக இருந்தாலும் சரி, ஔரங்கசீப்பாக இருந்தாலும் சரி. இருவருமே அடக்குமுறை முஸ்லிம் ஆட்சியாளர்களாகக் கருதத்தக்கவர்களே. பழமைவாத முஸ்லிம்கள் அனைவரின் பிரதிநிதியாக ஔரங்கசீப்பை இவர்கள் முன்னிறுத்துகிறார்கள்.

இந்தியாவின் கடந்த காலங்களோடு இன்றைய முஸ்லிம்களை எப்படியோ இவர்கள் முடிச்சுப்போட்டுவிடுகிறார்கள். இவ்வாறு செய்தவதன்மூலம் அவர்களை வேண்டாதவர்களாக ஒதுக்கிவிட முடிகிறது.

முகலாய மன்னர்களிலேயே மிகவும் பக்திமானாக ஔரங்கசீப் பரவலாக நம்பப்படுவது தற்செயலானதல்ல. எனவே செயலூக்கம் கொண்ட முஸ்லிம்கள், அவர்கள் கடந்த காலத்தைச் சேர்ந்தவர்களோ நிகழ்காலத்தைச் சேர்ந்தவர்களோ, தீவிர மதப்பற்று கொண்டிருந்தால் அவர்கள் இந்திய சமூகத்துக்கு அச்சுறுத்தலாக மாறிவிடுவார்கள்! இதுதான் இந்து தேசியவாதப் பார்வை.

இந்தக் கட்டமைப்பில் இந்திய மற்றும் இந்து கலாசாரங்கள் வேறுபாடுகளை மறந்து ஒற்றை அடையாளமாக ஒன்றிணைந்து விடுவதால், ஏனைய மதக் குழுக்களுக்கு சுவாசிப்பதற்குக் கூட வழியிருப்பதில்லை.

இந்தியாவில் அதிகம் தூற்றப்பட்ட மன்னர்களுள் ஔரங்கசீப்புக்குப் பிரத்தியேக மற்றும் விரும்பத்தகாத இடமுண்டு. பாஜக மற்றும் இந்து தேசியக் குழுக்களின் உணர்வுகளுடன் ஒத்துப் போகாதவர்கள்கூடப் பொதுவாக இந்தியா, குறிப்பாக, இந்துக்கள் மீது வெறுப்பை உமிழ்ந்த கடுமையான இஸ்லாமிய ஒடுக்குமுறையாளராகவே ஔரங்கசீப்பை வெறுக்கின்றனர்.

அதேபோல் எல்லை கடந்து பாகிஸ்தானிலும், அவரைத் தீய சக்தியாக, தெற்காசியாவின் நவீன துயர்களுக்குக் காரணமானவ ராகவும் கருதுகின்றனர். பாகிஸ்தான் நாடக ஆசிரியரான ஷாஹீத் நஹீம் தனது சமீபத்திய கட்டுரையில் ‘வாரிசுப் போரில் ஔரங்கசீப் தனது சொந்த சகோதரனான தாரா ஷிகோவைக் கொன்றபோதே பிரிவினைக்கான விதைகள் விதைக்கப்பட்டு விட்டன’ என்கிறார்.

பாகிஸ்தான் நாடக ஆசிரியரின் கருத்துக்கு முன்னுதாரணமாக விளங்குபவை நவீன இந்தியாவின் தந்தையாகப் போற்றப்படும் ஜவாஹர்லால் நேருவின் எழுத்துக்களே. ஔரங்கசீப்பை அதிகம் ரசிக்காத அவர் 1946இல் வெளியிட்ட தனது ‘கண்டறிந்த இந்தியா’ என்னும் நூலில் ஔரங்கசீப் செய்ததாகக் கூறப்படும் தவறுகளின் நீண்ட பட்டியலை வெளியிட்டதுடன், மத விஷயங்களில்

வைராக்கியமும், கண்டிப்புமுள்ள மனிதர் என்று சினந்து கொள்கிறார். காலத்தைப் பின்னோக்கித் திருப்பியதன்மூலம் முகலாய சாம்ராஜ்யத்தையே அழித்துவிட்டார் என்று ஆறாவது முகலாய சக்ரவர்த்தி ஔரங்கசீப் மீது குற்றம் சுமத்துகிறார்.

ஔரங்கசீப்பின் தீவிர முஸ்லிம் பற்றே இந்திய மன்னராக அவர் தொடர முடியாமைக்குக் காரணம். அதாவது 'முந்தைய முகலாய மன்னர்களின் சமய சமரசக் கொள்கையை எதிர்த்ததுடன் ஏனைய மதங்களை அடக்க முயன்று முஸ்லிம் மன்னராக ஆளத் தொடங்கியதே முகலாய சாம்ராஜ்யத்தின் வீழ்ச்சிக்குக் காரணம்' எனக் கடுமையான சொற்களை நேரு பயன்படுத்துகிறார். ஔரங்கசீப்பின் தீவிர இஸ்லாமியப் பற்றே இந்தியாவை ஆளும் அவரது திறனை முடக்கியது என்பது நேருவின் முடிவு.

ஔரங்கசீப் பயங்கரமான மதப் பற்றாளர் என்பதால் மோசமான சக்ரவர்த்தி என்று நேரு மட்டும் முதன் முதலாகக் கண்டிக்க வில்லை. ஔரங்கசீப் குறித்த இருபதாம் நூற்றாண்டு முன்னணி வரலாற்று ஆசிரியரும், நேருவின் சமகாலத்தவருமான ஜதுநாத் சர்க்கார் உள்ளிட்ட பலரும் இதே கருத்தை எதிரொலித்துள்ளனர். பெண் தன்மை அதிகமுள்ளவர்கள், கொடூரமானவர்கள், முஸ்லிம்கள் எனப் பல்வேறு குற்றச்சாட்டுகளை முகலாயர்கள் மீது பிரிட்டிஷ் காலனிய சிந்தனையார்களும் சுமத்தி உள்ளனர்.

1772இல் அலெக்சாண்டர் டோ என்பவர் முகலாயர் ஆட்சி குறித்த கலந்துரையாடலில் 'முகமதிய நம்பிக்கை என்பது அதிகார துஷ்பிரயோகத்துக்கும் சர்வாதிகாரத்துக்குமே வழிவகுத்துள்ளது; இருப்பினும் கிழக்கிலே நீண்ட காலம் அரசு அமைந்ததற்கும் இதுவே மிக முக்கியக் காரணங்களுள் ஒன்றாகவும் விளங்குகிறது. ஆங்கிலேயர்களைப் பொருத்தவரை, இதுபோன்ற வேரூன்றிய பிரச்னைக்குத் தெளிவான தீர்வு ஒன்றுதான். இந்தியாவை பிரிட்டன் ஆளவேண்டும்.

காலனி தர்க்கத்தின் இந்த இறுதி நடவடிக்கையை இந்திய விடுதலைப் போராட்ட வீரர்கள் மறுத்தாலும், மற்றவர்கள் ஒப்புக் கொண்டனர். புத்தகங்கள் மற்றும் ஊடகங்கள் வழியே சமூகத்தில் இந்த எண்ணம் கசிந்தாலும், பல தலைமுறைகள் ஔரங்கசீப் மதவெறியால் தூண்டப்பட்ட கொடுங்கோலன் என்னும் காலனிய எண்ணத்தை ஏற்றுக் கொண்டதுடன் அதைத் தொடர்ந்து வெளிப்படுத்தியும் வந்தனர்.

• • •

விமர்சகர்கள் பல நூற்றாண்டுகளாக ஔரங்கசீப் தீய சக்தியுள்ள வெறியாளன் என்ற கற்பிதத்தை ஆதாரமின்றிப் பரப்பி வருகின்றனர். லட்சக் கணக்கான இந்தியர்களைக் கொன்று குவித்தவர் என்றும், ஆயிரக்கணக்கான கோயில்களை இடித்தவர் என்றும், பல எண்ணங்கள் அவரது நினைவை இன்னும் சீர்குலைத்து வருகின்றன. பொதுவாக 'உண்மை' என்று நம்பப்படும் இவற்றுக்குப் போதிய வரலாற்று ஆதாரங்கள் இல்லை. இருப்பினும் சில அறிஞர்கள் தவறான நம்பிக்கையுடன் இதுபோன்ற கதைகளுக்கு அடிப்படைகளைக் காண முனைந்துள்ளனர்.

தவறான தகவல் என்று தெரிந்தும் மற்றவர்களை நம்ப வைக்கும் பொய் உரைகளை விடவும், ஔரங்கசீப்பைக் கண்டிக்கும் தீர்க்கமான முடிவுக்கு ஆதரவளிக்கும் வகையில் தங்கள் கருத்துடன் ஒத்துப் போகும் விஷயங்களை மட்டும் தேர்ந்தெடுத்து அளிக்கப்படும் சார்புடைய விளக்கங்களே அதிகம். உதாரணத்துக்கு, ஔரங்கசீப் கோயில்களை இடித்தார் என்று சொல்பவர்கள், இந்து கோயில்களைப் பாதுகாக்க ஆணைகளைப் பிறப்பித்தார் என்பதையோ, பிராமணர்களுக்கு மானியங் களையும், நிலங்களையும் வழங்கினார் என்பதையோ ஒப்புக் கொள்ள மறுக்கின்றனர்.

ஹோலி கொண்டாட்டங்களுக்குத் தடை விதித்தார் என்று கூறுபவர்கள், மொஹரம் அனுசரிப்பதையும், ஈத் திருவிழா கொண்டாட்டத்தையும் தடுத்தார் என்பதைச் சொல்வதில்லை. உடல் ஆரோக்கியம் மற்றும் சுகாதார விஷயங்களில் இந்துத் துறவிகளுடன் ஆலோசித்ததையும், முந்தைய முகலாய மன்னர்களுடன் ஒப்பிடுகையில் அதிக எண்ணிக்கையில் இந்துக்களைத் தனது ஆட்சி நிர்வாகத்தில் பணியமர்த்திக் கொண்டதையும் ஒட்டு மொத்தமாக ஒதுக்கிவிட்டனர். மிகக் குறைவாக பதிவு செய்யப்பட்ட, ஆனால் ஔரங்கசீப் ஆட்சியின் வரலாற்று முக்கியத்துவம் வாய்ந்த இந்த அம்சங்களை, மத ரீதியான காழ்ப்புணர்ச்சியுடன் தவறான தோற்றத்தை ஏற்படுத்துவதை எளிதாகப் புறந்தள்ள முடியாது.

இருப்பினும் ஔரங்கசீப் தவறே செய்யாதவர் என்றும் யாரும் வாதிட முடியாது. இன்றைய நவீன, ஜனநாயக, சமத்துவ, மனித உரிமைத் தரக் கட்டுப்பாடுகளுக்கு இணக்கம் இல்லாத ஔரங்கசீப்பின் குறிப்பிட்ட நடவடிக்கைகளை அடையாளம் காண்பது மிகவும் எளிது. இன்றைய நவீன உலகுக்கு முந்தைய

ராஜ்யங்களையும், சாம்ராஜ்யங்களையும் ஆண்ட ஔரங்கசீப்பைப் பொருத்தவரை வன்முறை, அரசு அதிகாரம் தொடர்பான அவரது எண்ணங்களும் ஏனைய அனைத்தும், அவர் வாழ்ந்த காலம் மற்றும் நேரத்தில் நிலவிய நிர்பந்தங்களுக்கு ஏற்றவாறே நிர்ணயிக்கப்பட்டன.

இங்கிலாந்தின் இரண்டாம் சார்லஸ், ஃபிரான்ஸின் பதினான்காம் லூயி, ஓட்டோமான் சாம்ராஜ்யத்தின் இரண்டாம் சுல்தான் சுலைமான் ஆகியோர் ஔரங்கசீப்பின் சமகால மன்னர்கள். இன்றைய வரலாற்றுச் சட்ட விதிகளின்படி இவர்கள் யாரையும் நம்மால் 'நல்ல ஆட்சியாளர்கள்' என்று கணிக்க முடியாது. கடந்த காலத்துடன் சமகாலத்தை ஒப்பிட்டு முடிவுக்கு வருவதில் எந்த அர்த்தமும் கிடையாது. வரலாற்று ஆய்வு என்பது முற்றிலும் வேறானது.

மனிதர்களை அவர்கள் வாழ்ந்த குறிப்பிட்ட காலகட்டத்தில் பொருத்தியே அவர்கள் செயல்பாடுகளையும் அவற்றுக்கான விளைவுகளையும் புரிந்துகொள்கின்றனர் வரலாற்றாசிரியர்கள். குற்றம் புரிந்தவர்கள் குறித்த நம் ஆய்வில் அவர்களை விடுவிக்க வேண்டியதும் இல்லை. அவர்களைப் பிடித்திருக்க வேண்டிய அவசியமும் இல்லை. எனவே ஔரங்கசீப் குறித்த கற்பிதத்தைப் பின்னுக்குத் தள்ளி அவரைப் பற்றிய நுணுக்கமான மற்றும் கட்டாயமான செய்திகளுக்கு இடம் அளிப்போம்.

ஔரங்கசீப் என்னும் மனிதனை மீட்டெடுப்போம்

> இறையாண்மை எனும் அடித்தளத்தின் நிலைத்தன்மை நீதியைப் பொருத்திருக்கிறது
>
> – ஔரங்கசீப் ஆட்சியாளர்களுக்குக் கூறிய ஒழுக்க விதி

சில முக்கிய லட்சியங்களையும் நோக்கங்களையும் அடிப்படையாகக் கொண்டு ஔரங்கசீப் இந்துஸ்தானத்தின் மன்னராகத் தனது வாழ்க்கையை அமைத்துக் கொண்டார். ஒரு ராஜாவாக, நல்ல முஸ்லிமாக, முகலாய கலாசாரத்தையும் பழக்க வழக்கங்களையும் நிலை நிறுத்தவே விரும்பினார். துணைக் கண்டம் மற்றும் அதில் வாழும் மக்கள் மீது வாள் முனையில்

வன்முறையைப் பயன்படுத்தி சாம்ராஜ்யத்தை விரிவுபடுத்தினார். தனது லட்சியத்தை அடைவதற்காக ஔரங்கசீப் மேற்கொண்ட முனைவுகளும் அதிகார வேட்டையில் தனது எண்ணங்களைத் துறந்த நிகழ்வுகளும் எனது இந்தப் பதிவில் இடம்பெறும்.

நீதி குறித்த ஔரங்கசீப்பின் நோக்கம் இஸ்லாமியப் பாரம்பரியத்தை அடிப்படையாகக் கொண்டது. நீதி குறித்த நவீனத்துக்கு முந்தைய 'இஸ்லாமிய' எண்ணங்கள் பாரசீகம் மற்றும் கிரேக்கத் தத்துவங்களிலிருந்து எடுக்கப்பட்டவை. இவை இஸ்லாத்துக்கு முற்பட்ட காலத்தவை. அக்லக் (அரசியல் அறநெறி) மற்றும் அடப் (நடத்தை தர்மம்) ஆகிய எண்ணங்களுடன் ஒப்பிடுகையில், ஜிகாத் (புனிதப் போர்) மற்றும் ஜிஸ்யா (முஸ்லிம் அல்லாத குடிமக்கள் மீதான வரி) உள்ளிட்ட பிரிவினை கருதுகோள்களுக்குக் குறைந்த அளவு முக்கியத்துவமே அளிக்கப் பட்டது.

தனக்கு முந்தைய சாம்ராஜ்யச் சக்ரவர்த்திகளால் ஏற்பட்ட பாதிப்பின் விளைவாக, தன்னையும் முன்னாள் முகலாய மன்னர் களைப் போலவே வடிவமைத்துக் கொண்டார் ஔரங்கசீப். இருப்பினும் நீதி குறித்த ஔரங்கசீப்பின் எண்ணங்கள் சமகாலத்துடன் ஒப்பிடுகையில் ஒத்துப் போகவில்லை. ஆனால் அது முக்கிய விஷயமல்ல. சமகால தரக் கட்டுப்பாடுகளுடன் ஔரங்கசீப்பை எடை போடுவதைவிட, அவரது வாழ்க்கை மற்றும் ஆட்சி குறித்த வரலாற்றுப் பதிவை உருவாக்கி, பல நூற்றாண்டு காலமாக நாம் குருட்டுத்தனமாக ஏற்றுக் கொண்ட தவறான தகவல்களின் குவியல்களிலிருந்து ஔரங்கசீப் என்னும் மனிதனையும் மன்னனையும் மீட்டெடுக்க விரும்புகிறேன்.

நீதி, இறை உணர்வு மற்றும் முகலாய சாம்ராஜ்யத்தின் மீதான ஔரங்கசீப்பின் பக்தி ஆகியவை, பாரசீக வரலாறுகள், மன்னர் எழுதிய கடிதங்கள், பதினேழாம் மற்றும் பதினெட்டாம் நூற்றாண்டுகளைச் சேர்ந்த சில அடிப்படை ஆதாரங்களின் அடிப்படையில் திரட்டப்பட்டவை. ஔரங்கசீப் குறித்த எனது கருத்துகள் பாரசீக வரலாற்றுக் குறிப்புகளுடன், இந்தி, சமஸ்கிருதம் உள்ளிட்ட சில மொழி ஆய்வுகளின் துணையுடனே (மேலும் விவரங்களுக்கு நூல் விவர அட்டவணைக் கட்டுரைகள் மற்றும் பின்குறிப்பைப் பார்க்கவும்) பதிவு செய்யப்பட்டுள்ளன.

ஔரங்கசீப்பின் எண்ணங்கள் குறிப்பாக நீதி, தர்மம், நேர்மையான இஸ்லாமிய நடத்தை மீதான அவரது கருத்துகள், தற்போதைய

விளக்கங்களுடன் ஒப்பிடுகையில் முற்றிலும் வேறு உலகைச் சேர்ந்தவையாகத் தோன்றும். ஆனால் நமக்கு முன்னிருக்கும் இப்போதைய கேள்வி ஔரங்கசீப் வெறும் மன்னர் மட்டுந்தானா? வெறும் முகலாய மன்னராக இருப்பது குறித்த ஔரங்கசீப் எண்ணம் என்ன என்பதைத் தெரிந்து கொள்ளவும், இந்துஸ்தானத்தின் சக்ரவர்த்தியாக அவரது உலகளாவிய பார்வையையும் செயலையும் இவை எப்படி வடிவமைத்தன என்றும் அறிந்துகொள்ள விரும்புகிறேன்.

ஔரங்கசீப்பை அவர் விரும்பிய வகையில் ஆய்வு செய்வது பலனளிக்கும் திட்டம் என்றாலும் இதுவரை யாரும் முனைய வில்லை. இடைக்கால இந்தியா மீது ஔரங்கசீப் ஏற்படுத்திய விளைவையும், இந்து - முஸ்லிம் வரலாற்றில் அவரது முக்கியப் பங்களிப்பை நன்கு புரிந்து கொள்ளவும், இந்த அணுகுமுறை நமக்கு உதவும். ஔரங்கசீப்பை முற்றிலும் வேறொருவராகச் சித்தரித்துக் கொதித்துப்போயிருக்கும் பலரை அமைதிப் படுத்தவும் இந்த அணுகுமுறை உதவும். ஔரங்கசீப் குறித்த தற்போதைய திரிபுகள் தொடர்பான என்னுடைய தலையீடு, தீவிர வரலாற்றை அடிப்படையாகக் கொண்டது என்பது முக்கிய மானது. மாறாக முந்தைய சிந்தனையாளர்கள் ஔரங்கசீப்பின் நிலையற்ற பிம்பத்தை மட்டுப்படுத்த இரு உத்திகளைக் கையாண்டனர். இரண்டுமே தோல்வியடைந்தன.

• • •

தோற்றுப்போன முதல் அணுகுமுறை ஔரங்கசீப்பை ஒரு தீவிர மத வெறியனாகக் காட்டுவதும் 'மரபுக்கு உட்படாத' முஸ்லிம் களான அக்பர் மற்றும் தாரா ஷுகோ ஆகியோரிடம் இருந்து ஔரங்கசீப்பை வேறுபடுத்தி காட்டுவதும் ஆகும். இந்த அணுகுமுறையின்படி பழைமைவாதியான ஔரங்கசீப்புடன் ஒப்பிடுகையில் அக்பர் மற்றும் தாரா ஷுகோ ஆகியோர் இந்து எண்ணங்களை ஏற்றுக் கொண்டவர்கள். எனவே துணைக் கண்டத்தின் ஆட்சியாளர்களாக, அதாவது 'இந்தியர்களாக' அவர்களை ஏற்றுக்கொள்ள இது போதுமானதாக இருக்கிறது. இப்படி வாதிடுபவர்கள் ஔரங்கசீப்பை மறுபரிசீலனைக்கோ மறு மதிப்பீட்டுக்கோ உட்படுத்தத் தயாராக இல்லை.

முகலாய சாம்ராஜ்யத்தின் மூன்றாவது மன்னரும் கொள்ளுத் தாத்தாவுமான அக்பர் உருவாக்கிய சகிப்புத்தன்மைக் கலா சாரத்தை சீரழித்தவர் என்றும் ஔரங்கசீப்பின் மூத்த சகோதரரான

தாரா ஷுகோவிடமிருந்து முகலாய சிம்மாசனத்தைப் பறித்துக் கொண்டவர் என்றும் ஔரங்கசீப் தூற்றப்பட்டார். ஔரங்கசீப் குறுங்குழுவாதத்தையும் சுட்டிக்காட்டியாகிவிட்டது. அப்படியே ஏற்கத்தக்க இந்திய முஸ்லிம்கள் யார் என்பதையும் உணர்த்தி ஒரு சமநிலையை ஏற்படுத்தியாகிவிட்டது.

இந்து தேசியத்துக்கான தொடக்ககால சிந்தனையாளரான வி.டி. சாவர்க்கரின் கருத்தும் இதுவேதான். இந்தத் தர்க்கத்தைத் தொடர்ந்து, தில்லியிலுள்ள ஔரங்கசீப் சாலை பெயர் மாற்றம் தொடர்பான விவாதத்தின் போது அதற்கு தாரா ஷுகோவின் பெயரை வைக்கலாமா என்ற யோசனையும் எழுந்தது.

உண்மையைச் சொல்லப் போனால் ஔரங்கசீப்பைப் போலவே அக்பரும், தாரா ஷுகோவும், அவர்களுக்கு இருப்பதாகக் கருதப் படும் பிரபலமான பெருமைகளை விடவும் இன்னும் சிக்கலான வர்கள். ஔரங்கசீப்புடன் சமநிலைப்படுத்த அக்பரையும், தாரா ஷுகோவையும் இழுத்துப் பிடிப்பதன் மூலம், அவர்களைப் பற்றிப் புதிதாகத் தெரிந்து கொள்ளத் தவறுவதுடன், நம்மை நாமே கட்டுப்படுத்திக் கொண்டு, முகலாய மன்னர்களை அவர்களது இஸ்லாமியப் பற்றின் அடிப்படையிலேயே மதிப்பிட்டு விடுகிறோம்.

இதுபோன்ற ஒப்பீடுகள் மூலம் இந்திய வரலாற்றிலுள்ள அனைத்துமே, குறிப்பாக இந்து - முஸ்லிம் பண்டைய வரலாறு முழுவதுமே, மத அடிப்படையிலானது என்றும் தவறாகக் கருதுகிறோம். ஔரங்கசீப் ஒரு முஸ்லிம் என்றாலும், இன்றைய நவீன எதிர்ப்பாளர்கள் அல்லது ஆதரவாளர்கள் நினைப்பது போன்ற முஸ்லிம் இல்லை. மேலும் ஔரங்கசீப்பை அவருடைய நம்பிக்கையின் அடிப்படையில் மதப் பற்றாளர் என்ற நிலைக்குக் குறைத்தும் மதிப்பிட முடியாது. கடந்த கால வரலாற்றுக்கு நேர்மையாக இருக்க, ஔரங்கசீப்பை இளவரசனாகவும், சக்ரவர்த்தியாகவும், முழுமையான தரவுகளுடன் மீட்டெடுக்க வேண்டும்.

• • •

தாக்குதலின் மற்றொரு கோணமாக ஔரங்கசீப்பை நாங்கள் சற்றுக் கடுமையாகவே மதிப்பிட்டுள்ளோம் என்று வாதிட்டார்கள். ஒருவேளை இந்தியாவின் மிகவும் வெறுக்கத்தக்க மற்றும் தீங்கிழைக்கும் முஸ்லிம் அந்த அளவுக்குக் கொடூரமானவர் இல்லையோ என்னவோ?

ஔரங்கசீப் ஆட்சி குறித்த தவறான விளக்கங்களைத் திருத்துவது, மற்றும் கவனிக்கப்படாத சரியான அம்சங்களை அறிமுகப் படுத்துவது ஆகியவற்றில்தான் இந்த வாதம் அடங்கியிருக்கிறது. பொதுவான நம்பிக்கைக்கு மாறாக, உதாரணத்துக்கு, இஸ்லாத்துக்கு மாறுவது அல்லது வாளுக்கு இரையாவது ஆகிய இரு வாய்ப்புகளுடன், முஸ்லிம் அல்லாதவர்கள் மீது பெரிய அளவிலான மதமாற்ற நடவடிக்கையை ஔரங்கசீப் மேற்பார்வையிடவே இல்லை.

அதேபோல் ஆயிரக்கணக்கான இந்துக் கோயில்களையும் ஔரங்கசீப் இடிக்கவில்லை (இந்த எண்ணிக்கை அதிகபட்சம் ஒரு சில பத்துகள் இருக்கலாம்). இந்துக்களின் இனப்படுகொலை போன்று எந்தக் குற்றத்தையும் அவர் இழைக்கவில்லை. இன்னும் சொல்லப் போனால் அவரது அரசில் உயர் பதவிகளுக்கு இந்துக்களை நியமித்தார். இந்து மதக் குழு நம்பிக்கைகளை அவர் பாதுகாத்ததுடன் பிராமணர்களைத் துன்புறுத்தக் கூடாது என்றும் முஸ்லிம்களுக்கு ஆணையிட்டார். அனைத்துக் குடிமக்களுக்கும் சீரான சாலைகளை அமைத்துத் தந்ததுடன், அடிப்படைச் சட்டம் மற்றும் ஒழுங்கைப் பாதுகாக்கவும் முனைந்தார்.

பதிவுகளைச் சரி செய்வது வரலாற்று ஆசிரியரின் கடமை. தனது சமகாலத்தவருடன் ஒப்பிடுகையில் ஔரங்கசீப் குறைந்த அளவே தீங்கு விளைவித்தார். இதுதான் உண்மை. ஆனால் ஔரங்கசீப் முழுமையாகச் சீரழிக்கவில்லை என்று முழக்கமிடுவதால் மட்டுமே ஔரங்கசீப் மீதான கண்டனங்களைப் புறந்தள்ளி நம்மால் நகர முடியாது. அவ்வாறு செய்தால் இந்தியாவின் சிக்கலான கடந்த காலத்துக்கு நாம் நாணயமாக இருக்கத் தவறுகிறோம். இன்றைய இருபத்தியோராம் நூற்றாண்டு உணர்வு களுடன் ஔரங்கசீப் ஒத்துப் போகிறாரா என்பதை விட, சற்றேறக் குறைய அரை நூற்றாண்டு ஆட்சி செய்ததுடன், காலனி இந்தியாவுக்கு முந்தைய அரசியல் நிலப்பரப்பை மாற்றி வடிவமைத்த அந்த மனிதரைப் பற்றி விவரிப்பதற்குக் கண்டிப்பாக ஏராளம் இருக்கிறது. இன்றைய வலுவான மற்றும் நவீன உள்ளுணர்வுடன் ஒட்டுமொத்தமாக ஔரங்கசீப்பை எடை போடுவதைத் தவிர்த்து, இந்த மன்னனின் கடந்த காலச் செயல் களையும், எண்ணங்களையும் முதலில் மீட்டெடுக்க வேண்டும்.

ஔரங்கசீப் பற்றிய புதிய பதிவு நமக்குத் தேவைப்படுகிறது. அதுபோன்ற ஒரு பதிவை இங்கே நான் வழங்குகிறேன்.

• • •

ஔரங்கசீப்பின் வாழ்க்கை மற்றும் ஆட்சியில் நடைபெற்ற, ஆனால் இன்றைக்குப் பலருக்கும் தெரியாத, பல்வேறு நிகழ்வுகளை உள்ளடக்கியது எனது பதிவாகும். தவறாகப் புரிந்து கொள்ளப்பட்ட ஒரு மன்னர் குறித்து அதிகம் தேவைப்படும் ஆழமான வரலாற்று விவரங்களை இது நிறைவு செய்யும். குறிப்பாக, ஔரங்கசீப் செய்ததாகக் கூறப்படும் 'மிக மோசமான' குற்றச்சாட்டுகளான கோயில் இடிப்பு, மாக்கியாவில்லியின் அரசியல் உள்ளுணர்வு, வன்முறைத் தந்திரங்கள், தேர்ந்தெடுத்த சில மதச் சமூகங்களைத் துன்புறுத்துதல் ஆகியவற்றுக்கு விளக்கமளிக்கும். ஔரங்கசீப்பின் எதிர்ப்பாளர்களின் தவறான தகவல்கள் மற்றும் சந்தேகத்துக்குரிய கூற்றுகளுக்கு எதிர்வாதம் மட்டும் புரிவதில் எந்தப் பயனுமில்லை. வரலாற்று நாயகர்களை அவர்கள் விரும்பிய வகையில் புரிந்து கொள்ளுதல் அவசியம்.

இந்த வேறுபாட்டுக்கு மிகச் சிறந்த உதாரணம், ஔரங்கசீப் இந்தியர்களை நடத்திய விதம் குறித்தது. மக்களிடையே பிரபலமாக உள்ள எண்ணம், அனைத்து இந்துக்களையும் ஔரங்கசீப் வெறுத்ததுடன் ஒவ்வொரு முறையும் அவர்களை ஒடுக்கவும் விரும்பினார் என்னும் கற்பனை. ஆனால் ஒரு பொறுப்புள்ள வரலாற்றாசிரியர் சூழலுக்கு ஏற்ற வகையில்தான் ஔரங்கசீப் பல்வேறு வழிகளில் இந்துக்களைக் கையாண்டார் என்று பதிலுரைப்பார்.

முகலாய அரசுக்கும் குறிப்பிட்ட இந்து சமூகங்களுக்கும் இடையே உணர்வு மிக்க மதப் பிரச்னை தொடர்பாக அடிக்கடி மோதல்கள் ஏற்பட்டன. ஆனாலும் ஔரங்கசீப்பின் இந்தியாவில் சகிப்புத்தன்மையையும், பாதுகாப்பையும் பல இந்துக்கள் அனுபவித்தனர். வரலாறுபடி இதுதான் சரி. ஆனால் இது மிக அடிப்படை கேள்வியைக் கணக்கில் எடுத்துக்கொள்வதில்லை. ஔரங்கசீப் ஆட்சி குறித்துப் பேசும்போது இந்துக்களைப் பொதுமைப்படுத்துவது சரியா?

ஔரங்கசீப் தனது ராஜ்யத்துக்குள் இந்துக்களுக்கு அதிகப்படியாக எதையும் செய்யவில்லை என்பதே உண்மை. அக்கால 'இந்துக்கள்' தங்களை 'இந்துக்கள்' என்று பொதுவாக அடையாளப்படுத்திக்கொள்ளாமல், பிராந்தியம், பிரிவு மற்றும் சாதி சார்ந்தே (ராஜ்புத்திரர்கள், மராட்டியர்கள், பிராமணர்கள், வைணவர்கள்) தங்களை அழைத்துக் கொண்டனர். பல அறிஞர்கள் சுட்டிக் காட்டியதைப்போல் 'இந்து' என்ற சொல்

சமஸ்கிருதம் அல்ல பாரசீகம். பிரிட்டிஷ் காலனி ஆட்சியின் போதுதான் பொது பயன்பாட்டுக்கு இது வந்தது. முகலாயர்களும் இந்துக்களுக்கு இடையே காணப்பட்ட வேறுபாடுகளுக்கு முக்கியத்துவம் தந்து வலியுறுத்தினார்கள்.

உதாரணத்துக்கு 1670களின் தொடக்கத்தில் தக்காணத்தில் மராட்டியர்களுக்கு எதிராக முகலாயர்களுக்குத் தலைமை தாங்கிய மகப்பத் கான் தனது முகலாய அரசவையில் உயர் பதவிகளில் 'ராஜபுத்திரர்கள் மற்றும் இந்துக்களுக்கு' முன்னுரிமை அளித்தார். மராட்டியர்களுக்கு எதிராகப் போரிட்ட அத்தருணத்தில் அவர்களை இந்துக்கள் என்ற பிரிவுக்குள் சேர்க்கவில்லை என்பது குறிப்பிடத்தக்கது. ஔரங்கசீப் ஆட்சியில் முகலாய - இந்து உறவுகளை ஒட்டுமொத்தமாக ஒரே குடையின் கீழ் பகுப்பாய்வதற்குப் பதிலாக, குறிப்பிட்ட குழுக்கள் மற்றும் அவர்களது செயல்பாடுகளைத் தனித்தனியாக வரலாற்று அடிப்படையில் ஆய்வு செய்வதே சிறந்ததாகும்.

எனவே இந்நூலைப் படிக்கும் வாசகர்களுக்கு ஔரங்கசீப் இந்துக்களை எவ்வாறு நடத்தினார் என்பது குறித்து விரிவாக எதுவும் இருக்காது. மாறாக முகலாய சாம்ராஜ்யத்தில் உயர் பதவிகளில் பணியாற்றிய இந்துக்கள், பிராமண மதத் தலைவர்கள் மற்றும் எதிர்த்துப் போரிட்ட ஆயுதம் தாங்கிய மராட்டியர்கள் ஆகியோரைப் பற்றிய துல்லியமான விவாதங்கள் இடம்பெறும்.

நம் காலத்திய கட்டுப்பாடு மிகுந்த சமூக விதிகளைத் தாண்டி நினைப்பதுடன், பதினேழாம் நூற்றாண்டு முகலாயர் உலகை மீட்டெடுக்கவும் முனைந்தால், ஔரங்கசீப்பின் அசத்தலான பிம்பம் உருவாகும். இந்தியாவின் சக்ரவர்த்தியாகத் திகழ்ந்த ஔரங்கசீப், தனது வாழ்நாள் முழுவதும் முகலாய சாம்ராஜ்யத்தைப் பாதுகாக்கவும், விரிவுபடுத்தவும், அரசியல் அதிகார ஆதாயத்தைப் பெறவும், தனது கோணத்தில் நீதியை நிலைநிறுத்தி ஆளவும் பாடுபட்டார்.

. . .

ஔரங்கசீப் வாழ்க்கையில் சில குறிப்பிட்ட அடிப்படைத் தரவுகளை வரலாற்று ஆசிரியர்கள் ஒப்புக் கொள்கின்றனர். 1618 இலையுதிர் காலத்தில் ஔரங்கசீப் பிறந்தார். 1658இல் அவரது முப்பத்து ஒன்பதாவது வயதில் முதல் முடிசூட்டு விழா நடைபெற்றது. 1681இல் தனது அறுபதுகளின் மையத்தில்

சாம்ராஜ்யத்தின் நீதிமன்றத்தைத் தக்காணத்துக்கு மாற்றினார். பீஜாபூர், கோல்கொண்டா மற்றும் தமிழகத்தின் சில பகுதிகளைக் கைப்பற்றிய ஔரங்கசீப் தனது 88ஆவது வயதில் 1707இல் மரணமடைந்தார். அனைத்துத் தரவுகளையும் நாம் கோர்வையாக ஒழுங்குபடுத்துவதைப் பொருத்தே ஔரங்கசீப்பின் வரலாறு சுவாரஸ்யமாக அமையும். வேறு வார்த்தைகளில் சொல்வதென்றால் வரலாறு எவ்வாறு விவரிக்கப்படுகிறது என்பது முக்கியம்.

ஔரங்கசீப் குறித்த எனது பதிவு சக்ரவர்த்தியின் வாழ்க்கையை அகலமாகவும், ஆழமாகவும், ஆய்வு செய்யும். பகுதி கால வரிசைப்படியும், பகுதி தலைப்பின்படியும், இப்பதிவு அமைக்கப்பட்டுள்ளது. குழந்தைப் பருவம் தொடங்கி இறக்கும் வரையிலான ஔரங்கசீப்பின் வாழ்க்கையை நாம் ஆராயும்போது, முகலாய அரசாட்சி, நடத்தை நெறிமுறை, அரசியல் பற்றிய அவரது எண்ணங்களை வடிவமைத்த முக்கியக் காரணிகள் மற்றும் காலப் போக்கில் அவை எவ்வாறு பரிணாம வளர்ச்சி பெற்றன என்பதையும் அறிந்து கொள்ளலாம். அவர் ஆட்சியில் இருந்த ஆண்டுகளை அத்தியாயங்களாகவும் பகுதிகளாகவும் பிரித்து ஆழமாக ஆய்வு செய்தால், அவரது தனிச் சிறப்புமிக்க கொள்கைகளை உருவாக்கிய நோக்கங்களையும் பலன்களையும் தெரிந்துகொண்டு பாராட்டலாம்.

குறிப்பாக வரவிருக்கும் வாரிசுப் போரில் தனது சகோதரர்களை வெளியேற்றி இளம் வாலிபப் பருவ இளவரசனாகத் தன்னை நிலைநிறுத்திக் கொண்ட ஔரங்கசீப் வாழ்க்கையின் முதல் 40 ஆண்டுகளிலிருந்து எனது பதிவைத் தொடங்குகிறேன்.

இரண்டு ஆண்டு கால ரத்தக் களறிப் போராட்டத்துக்கு இடையே சிம்மாசனத்தைக் கைப்பற்றிய ஔரங்கசீப், தனது சொந்தத் தேவைகளுக்கு ஏற்பப் பரம்பரையாகப் பெற்ற ஆளும் கலாசாரத்தை உடனடியாக சரி செய்து கொள்ளத் தொடங்கினார். இத்திட்டம் அவர் ஆட்சியிலிருந்த ஐம்பது ஆண்டுகள் முழுவதும் விரிவடைந்தது. ஆட்சித் தந்திரங்கள், நீதி குறித்த பார்வை ஆகியவை குறித்து நன்கு அறிந்து கொள்ள ஔரங்கசீப் ஆட்சியின் மூன்று முக்கிய அம்சங்களான ஏகாதிபத்திய அதிகாரத்துவம், தார்மீகத் தலைவர் என்று தன்னைத்தானே கருதியது, இந்து மற்றும் சமணக் கோயில்கள் தொடர்பான அவரது கொள்கைகள் ஆகியவை உதவும்.

ஔரங்கசீப்பின் ஆட்சியில் அதிக சர்ச்சைக்குள்ளான சில அம்சங்களை இத்தலைப்புகள் உள்ளடக்குவதுடன் மக்களுக்குத் தெரியாத சில விஷயங்களையும் வெளிக் கொணரும். ஒற்றைச் சிந்தனையுடன் கொடூரமாகச் சித்தரிக்கப்பட்ட ஒரு மன்னனின் வரலாற்றை இப்பிரிவுகள் இன்னும் ஆழமாக ஆய்வு செய்யும். இதைத் தொடர்ந்து ஔரங்கசீப்பின் பிந்தைய ஆண்டுகளை, குறிப்பாகத் தக்காணத்தில் கடுமையாகப் போராடிக் கொண்டிருந்த இறுதிப் பத்தாண்டுகள் மற்றும் அவரது மரணம் ஆகியவற்றை விவரிக்கிறேன். பதினெட்டாம் நூற்றாண்டில் முகலாய சாம்ராஜ்யம் பிளவுபடக் காரணமானவர் என்ற குற்றச்சாட்டு உள்பட ஔரங்கசீப்பின் மரபு குறித்த சுருக்கமான விவாதத்துடன் நூலை நிறைவு செய்கிறேன்.

தனது வாழ்க்கையின் ஆரம்ப கால ஆண்டுகளை வடிவமைத்த அரச குடும்ப இயக்கவியல் வலையில் சிக்கிக் கொண்ட இளவரசனாகவும், பின்னாளில் எல்லைகள், அரசியல் அதிகாரம், குறிப்பிட்ட நீதி பரிபாலனம் ஆகியவை மீது வெறி கொண்ட மன்னனாகவும் ஔரங்கசீப்பின் வாழ்க்கையை விரிவான ஆய்வு அடிப்படையில், முழுமையாக்கத் திட்டமிட்டுள்ளேன்.

2

ஆரம்பகாலம்

குழந்தைப் பருவம்

இந்தப் பரம்பரை முழுவதற்கும் இவனது வருகை அதிர்ஷ்ட மாகவும், புனிதமாகவும் அமையுமென நம்புகிறேன்.

– *பேரன் ஔரங்கசீப் பிறந்தபோது ஜஹாங்கீரின் விருப்பம்*

1618ஆம் ஆண்டு குஜராத் மாநிலம் தோஹத் என்ற இடத்தில் தனது தாத்தா ஜஹாங்கீரின் ஆட்சிக் காலத்தில் ஔரங்கசீப் பிறந்தார். சில வாரங்கள் கழித்து ஔரங்கசீப்பின் தந்தை இளவரசன் குர்ரம் (பின்னாளில் ஷாஜஹான்) பிறந்தநாள் கொண்டாட்டத்தின் ஒரு பகுதியாகத் தனது பச்சிளம் மகனான ஔரங்கசீப்பை அனை வருக்கும் காட்சிப்படுத்தியதுடன் சாம்ராஜ்யத்தின் கருவூலத்துக்கு மாணிக்கக் கற்களையும், ஏராளமான யானைகளையும் பரிசளித்தார். இத்தகைய அனுகூலமான மற்றும் கோலாகலமான தொடக்கம் இருந்தாலும், ஔரங்கசீப்பினால் ஏனோ தந்தையின் அன்பையும் ஆதரவையும் எளிதாகப் பெற முடியவில்லை.

தாரா ஷுகோ மற்றும் ஷா ஷுஜா ஆகிய மூத்த சகோதரர்களைத் தொடர்ந்து ஷாஜஹானின் மூன்றாவது மகனாகப் பிறந்தவர் ஔரங்கசீப். ஓராண்டு கழித்து முரத் என்னும் நான்காவது மகன் பிறந்தான். இவர்கள் நால்வரும் ஷாஜஹானின் பிரியமான மனைவி மும்தாஜ் மகலுக்குப் பிறந்தவர்கள். நுண்ணறிவையும் இலக்கியப் பாரம்பரியங்களையும் உள்ளடக்கிய மிகச் சிறந்த அரசகுலக் கல்வி இளவரசர் ஔரங்கசீப்புக்குக் கிடைத்தது.

பாடத் திட்டங்களின் ஒரு பகுதியாக குரான், ஹதித் (நபிகள் நாயகத்தின் அருளுரைகள்), மதத் தலைவர்களின் வாழ்க்கை வரலாறுகள் ஆகியவற்றை உள்ளடக்கிய இஸ்லாமிய மத நூல்களை ஔரங்கசீப் படித்தார். இன்றைக்கும் மதிக்கப்படும் பாரசீகப் பெரும் புலவர்கள் மற்றும் அறிஞர்களான சாடி, நஸிருதீன் தூஸி, ஹஃபிஸ் ஆகியோரின் படைப்புகளையும், துருக்கிய இலக்கியமும் படித்தார். ரூமியின் மாஸ்நவி அவருக்குப் பிடித்தமான நூலாகக் கூறப்படுகிறது. பாரசீகப் படைப்புகள் முகலாய இளவரசர்கள் பின்பற்ற வேண்டிய நெறிமுறைகளையும், மதிப்புகளையும் குறிப்பாக நீதி, நடத்தை, அறநெறி, அரசாட்சி குறித்த எண்ணங்களை வடிவமைத்தன. அழகாக எழுதும் கையெழுத்துக் கலையையும் பயின்றார்.

பாரசீகத்தில் மொழிபெயர்க்கப்பட்ட பல இந்து நூல்களை, குறிப்பாக ராமாயணம் மற்றும் மகாபாரதத்தை ஔரங்கசீப் படித்திருக்கக்கூடும். ஔரங்கசீப்பின் கொள்ளுத் தாத்தா அக்பர் உதவியுடன் இந்நூல்கள் மொழிபெயர்க்கப்பட்டிருந்தன. அரச குலக் கல்விக்கு உறுதுணையாக இருக்குமெனத் தனது மகன்களில் ஒருவனுக்கு மகாபாரத நூலை அக்பர் பரிந்துரைத்திருந்தார். குழந்தைப் பருவத்திலிருந்தே ஔரங்கசீப் இந்தியில் சரளமாகப் பேசுவார். நவீனத்துக்கு முந்தைய இந்தி இலக்கியப் பதிவான பிரஜ் பாஷாவில் கூட அவரைப் புகழ்ந்து சில பாடல்கள் பாடப்பட்டுள்ளன. வாள், கத்தி, கைத்துப்பாக்கி, ராணுவத் தந்திரங்கள், நிர்வாகத் திறன்களின் நடைமுறை விளக்கம் உள்ளிட்டவை முகலாய அரச குலக் கல்விப் பாடத் திட்டங்களில் இடம் பெற்றன.

• • •

கல்வியைத் தாண்டி வழக்கமான முகலாய இளவரசர்களின் குழந்தைப் பருவம் சகோதர சண்டைகளால் நிறைந்திருக்கும். இதற்கு ஔரங்கசீப் வாழ்க்கையும் விதிவிலக்கல்ல.

முகலாய சாம்ராஜ்யத்தின் சிம்மாசனத்தைக் கைப்பற்ற ஷாஜஹானின் நான்கு புதல்வர்களும் சிறு வயது முதற்கொண்டே கடுமையான போட்டியில் ஈடுபட்டனர். அரசியல் ஆட்சி அதிகாரத்தைப் பெற அனைத்து ஆண் வாரிசுகளுக்கும் சம உரிமை உண்டு என்னும் மத்திய ஆசிய வழக்கத்தை முகலாயர்களும் பின்பற்றினர். சக்ரவர்த்தி அக்பர் இந்தச் சட்டப்பூர்வ அதிகார உரிமை மகன்களுக்கு மட்டுமே உண்டு என்று மாற்றியமைத்தார்.

இதன் மூலம் அண்ணன் மற்றும் சகோதரி மகன்களுக்கான அதிகார உரிமை பறிக்கப்பட்டது.

சிம்மாசனத்தில் அமரப் பிறந்த மகன்களுக்குள் மூத்தவன், இளையவன் என்ற பாகுபாடும் இதன் மூலம் அனர்த்தமானது. மூத்த மகனுக்கு மட்டுமே அரசுரிமை என்பது அவசியமற்றுப் போனதால் ஷாஜஹான் அமர்ந்திருந்த விலைமதிப்பற்ற கண்கவர் மயிலாசானத்தில், உடன் பிறந்த அண்ணன் தம்பிகளை ஒழித்துக்கட்டும் பட்சத்தில், என்றேனும் ஒரு நாள் ஔரங்கசீப் நிச்சயம் அமர்வதும் சாத்தியமானது. இதற்கு வலு சேர்ப்பதுபோல் தனது சகோதரர்களை விடவும் தானே பலசாலி என்று நிரூபிக்க ஔரங்கசீப்புக்குச் சிறு வயதில் சில வாய்ப்புகள் கிடைத்தன.

தனது மூத்த மகன் தாரா ஷுகோவை வெளிப்படையாகவே ஷாஜஹான் ஆதரித்தார். குறிப்பாக தாரா ஷுகோவின் திருமணத்தை முகலாய வரலாற்றிலேயே யாரும் கண்டிராத வகையில் மிகப் பிரம்மாண்ட முறையில் நடத்தினார். 1633ஆம் ஆண்டிலேயே ரூ 32 லட்சம் செலவில் இத்திருமணம் நடை பெற்றதாகப் பதிவுகள் தெரிவிக்கின்றன. முகலாய மன்னர் குடும்பத்தின் இந்த ஆடம்பரத் திருமணம் இன்றைக்கும் வரலாற்றுக் குறிப்புகளில் சிறப்பான இடத்தைப் பெற்றுள்ளது. முக்கிய நிகழ்வாக ஆக்ரா வானத்தில் அரை மைல் நீளத்துக்குத் தெரியும் வகையில் வாண வேடிக்கைகள் இருளையும் ஒளி வெள்ளத்தில் ஜொலிக்க வைத்தன என்கிறார் ஐரோப்பிய வரலாற்று ஆய்வாளர் பீட்டர் முண்டி.

திருமண நிகழ்ச்சியின் அனைத்து விவரங்களும் ஷாஜஹானின் ஆட்சி பற்றிய கால வரிசைப்படி தொகுக்கப்பட்ட 'பாத்ஷாநாமா' என்னும் அதிகாரப்பூர்வ குறிப்பேட்டில் காணப்படுகின்றன. தற்போது இது இங்கிலாந்து விண்ட்சர் கேசில் அருங்காட்சி யகத்தில் உள்ளது. அரசு இசைக் கலைஞர்கள், பரிசுகளைச் சுமப்பவர்கள், நல விரும்பிகள், அதிகாரிகள் உள்ளிட்டோர், மக்கள் தலைகளா, கடல் அலைகளா என்றும் வியக்கும் வகையில் ஷாஜஹானின் பிரியமான மகனின் திருமணத்தில் பங்கேற்றனர். பதினான்கு வயதான ஔரங்கசீப், கூட்டத்தின் ஒருவனாகவே இந்நிகழ்ச்சியில் கலந்து கொண்டான். திருமண ஊர்வலத்தில் பங்கேற்ற நூற்றுக் கணக்கான முக்கியஸ்தர்களின் பெயர்கள் பாத்ஷாநாமா குறிப்பில் காணப்படுகிறது. ஆனால் ஔரங்கசீப்பின் பெயர் அக்குறிப்பில் இடம் பெறவில்லை, ஒரு

வேளை அந்தத் தகுதி கூட அப்போது இருந்திருக்கவில்லை என்றே எண்ணத் தோன்றுகிறது.

. . .

தாரா ஷுகோ திருமணம் நடைபெற்ற சில மாதங்களில் தனது தந்தையின் கவனத்தை ஈர்ப்பதற்கு ஔரங்கசீப்புக்கு ஓர் அரிய வாய்ப்பு கிடைத்தது. அரச குடும்பத்தினரின் பொழுது போக்குகளில் முக்கிய விளையாட்டாக விளங்குவது இரு யானைகளுக்கு இடையேயான சண்டையாகும். சிறு குன்றுபோல் தோற்றம் கொண்ட சுதாகர், சூரத் சுந்தர் ஆகிய இரு மதயானைகள் (முகலாய யானைகளுக்கு இந்தியில் பெயர் வைப்பது வழக்கம்) மோதிக் கொண்டன. யானைகளின் சண்டையை அருகிலிருந்து பார்ப்பதற்கு வசதியாக அரசர் தன்னுடைய முதல் மூன்று இளவரசர்களுடன் குதிரையில் அமர்ந்து கொண்டிருந்தார்.

திடீரென சுதாகருக்கு மதம் பிடிக்க, ஔரங்கசீப்பை நோக்கி வேகமாக முன்னேறியது. சமயோசித புத்தியுடன் சட்டென்று கையிலிருந்த ஈட்டியை யானையை நோக்கி எறிய அது அதன் நெற்றியைக் குத்திக் கிழித்தது. ரத்தம் வழிய இன்னும் அதிக வெறியுடன் ஔரங்கசீப்பைக் குதிரையோடு சேர்த்துத் தூக்கி வீசி எறிந்தது. ஔரங்கசீப்பின் சகோதரர் ஷுஜா மற்றும் ராஜ புத்திரனான ராஜா ஜெய் சிங் இருவரும் ஆயுதம் தாங்கிய வீரர்களுடன், பட்டாசுகளை வெடித்தவாறே யானையை அங்கிருந்து அகற்ற முயன்றனர். யாருக்கும் அடங்காத சுதாகரை மற்றொரு யானையான சூரத் சுந்தர் இடையே புகுந்து விரட்டியடிக்க பின்னர் இரண்டும் மீண்டும் மோதிக் கொண்டன.

உயிருக்கே ஆபத்தாக முடிந்த இந்தக் களேபரத்தில் தாரா ஷுகோ எங்கேயும் காணப்படவில்லை. ஔரங்கசீப்பை நோக்கி மதம் பிடித்த சுதாகர் ஓடி வந்த போது தாரா ஷுகோ பயந்துபோய் அங்கிருந்து தப்பிச் சென்றதாகவே தெரிகிறது. ஔரங்கசீப் மட்டுமே ஈட்டியை எறிந்து தனது வீரத்தை வெளிப்படுத்தியதாகப் பதிவுகள் தெரிவிக்கின்றன. போற்றுதலோ, தூற்றுதலோ எதுவுமின்றி தாரா ஷுகோ பற்றிய எந்தக் குறிப்பும் எங்கும் காணப்படவில்லை.

ஷாஜஹானின் அரசவைப் புலவரான அபு தலிப் கலிம் பாரசீக மொழியில் ஔரங்கசீப்பின் வீரத்தைப் போற்றிப் பாடல்கள் எழுதியுள்ளார். ஔரங்கசீப் எறிந்த ஈட்டி மின்னலைப்போல்

பாயந்து சுதாகர் என்னும் மத யானையின் நெற்றியை மரத்தைத் துளையிடும் கருவியைப்போல் குத்திக் கிழித்தது என்று வர்ணிக்கிறார். ஔரங்கசீப்பின் வீரத்தை மெச்சிய ஷாஜஹான் ஒரு நொடிப் பொழுது தன்னையே மகனின் உருவத்தில் கண்டார். 1610 ஆம் ஆண்டில் தந்தை ஜஹாங்கீரின் முன்னிலையில் சீறி வந்த சிங்கத்தை அடக்கிப் பின்வாங்கச் செய்த ஷாஜஹானின் வீரத்துக்கு இணையானது ஔரங்கசீப்பின் வீரம் என்று புகழ்கிறார் ஷாஜஹான் அரசவையின் வரலாற்றுப் பதிவாளர்.

• • •

சில ஆண்டுகள் கழித்துப் பரந்து விரிந்த சாம்ராஜ்யத்தை நிர்வகிக்க உதவுவதற்கான போதிய அனுபவத்தைப் பெறப் பதினாறே வயது நிரம்பிய ஔரங்கசீப்பை அரசவையை விட்டு வெளியே அனுப்பி வைத்தார் ஷாஜஹான். 1635-57 வரை சற்றேறக்குறைய இருபத்தி-இரண்டு ஆண்டுகள் பல்க், பண்டில்கண்ட், காந்தகார் போர்களில் பங்கேற்றதுடன், முகலாய சாம்ராஜ்யத்துக்குள் இங்கும் அங்குமாகப் பயணித்துப் பல பகுதிகளைக் கைப்பற்றவும், தக்க வைக்கவும் உதவினார் ஔரங்கசீப். குஜராத், முல்தான், தக்காண நிர்வாகத்தையும் திறம்பட கவனித்துக் கொண்டார்.

போர்க்களத்தில் வீரத்தைக் காட்டிய ஔரங்கசீப் காதல் களியாட்டங்களிலும் கவனத்தைச் செலுத்தத் தவறவில்லை. 1653இல் பெர்ஹாம்பூரிலுள்ள தாய்வழி அத்தை வீட்டுக்குச் சென்ற ஔரங்கசீப் அங்கிருந்த மாமரத்தின் மாம்பழத்தை விளை யாட்டாகப் பறித்த பாடகியும், நடன மங்கையுமான ஹீராபாயின் மீது தீராத காதல் வயப்பட்டார். இருவரின் காதலும் நாளொரு மேனியும் பொழுதொரு வண்ணமுமாக வளர்ந்து வந்தது.

வாழ்நாள் முழுவதும் குடிக்க மாட்டேன் என்ற தனது உறுதிப்பாட்டைக் காதலியின் வேண்டுகோளுக்கு இணங்கத் தளர்த்தி திராட்சைப் பழ மதுரசம் அருந்தியதாகவும் கூறப்படுகிறது. (ஆனால் மதுரசத்தின் சொட்டு உதடுகளில் பட்டுத் தொண்டைக் குழிக்குள் இறங்குவதற்கு முன்பே ஹீராபாய் தடுத்துவிட்டார்). ஆனால் அந்தோ ஹீராபாய் ஒரே வருடத்தில் மரணத்தைத் தழுவ அவளது உடல் ஔரங்காபாத்தில் நல்லடக்கம் செய்யப்பட்டது. ஆனால் இதுபோன்ற காதல் தருணங்கள் தவிர்த்து ஔரங்கசீப் தனது இளமைக் கால வாழ்க்கை முழுவதையும் ஓர் இளவரசராக அரசு நிர்வாகத்திலேயே கழித்தார்.

முகலாயப் பேரரசர் ஔரங்கசீப்
(Edwin Binney 3rd Collection, The San Diego Museum of Art)

அரச குடும்பத்திலிருந்து நீண்ட காலம் தள்ளி இருந்த நிலையிலும், தந்தையின் அன்பை ஔரங்கசீப்பால் ஏனோ முழுமையாகப் பெற முடியவில்லை. 1637இல் இருபத்தியிரண்டு ஆண்டுகளில் நடைபெற்ற அவரது முதல் திருமணம் உள்ளிட்ட தவிர்க்க முடியாத சில காரணங்களுக்காக மட்டுமே குறுகிய காலத்துக்கு அரசவைக்குத் திரும்பினார். அரசு நிர்வாகம் மற்றும் ராணுவ விரிவாக்கம் ஆகிய இரு பிரிவுகளிலும் தனது திறமையை ஔரங்கசீப் வெளிப்படுத்தினாலும், தில்லி எடுத்த சில முடிவுகளாலும், அவரது வெற்றிகளைக் குறைத்து மதிப்பிட்டதாலும், கிடைக்க வேண்டிய உரிய அங்கீகாரத்தை வழங்காததாலும், அவ்வப்போது விரக்தி அடைந்தார்.

உதாரணத்துக்கு, 1650களில், தக்காணத்தில் வெற்றியை நோக்கி முன்னேறிக் கொண்டிருந்த நிலையில், சகோதரன் தாரா ஷுகோவின் நிர்பந்தத்தால், தந்தை ஷாஜஹான் படைகளைத் திரும்ப அழைத்துக் கொள்ள உத்தரவிட்டதை, ஔரங்கசீப்பால் ஜீரணித்துக் கொள்ள முடியவில்லை.

இருபது மற்றும் முப்பது வயதுகளில் ஔரங்கசீப் போர்க்களத்தில் வெற்றியையும் நிர்வாகத்தில் திறமையையும் வெளிப்படுத்திக் கொண்டிருந்தார். ஆனால் அதே தருணம் அவரது சகோதரன் தாரா ஷுகோ அரண்மனையில் கற்றறிந்த இந்து மற்றும் முஸ்லிம் சந்நியாசிகளுடன் தத்துவம் தொடர்பான ஆழ்ந்த விவாதங்களில் பொழுதைக் கழித்துக் கொண்டிருந்தார். ஏட்டளவில் மட்டுமே ஔரங்கசீப்பை விடவும் தாரா ஷுகோ முன்னிலை வகித்தார். கொமலாயா மான்சாப் கட்டமைப்பில் மூத்த சகோதரனுக்கே ஆட்சிக்கு வர அனைத்து உரிமையும் உண்டு. மேலும் ஷாஜஹானின் விருப்பப்படி சிம்மாசனத்தில் அடுத்து அமரும் வாய்ப்பும் தாரா ஷுகோவுக்கே இருந்தது. ஆனால் உலக அனுபவமோ, போர்த் திறமையோ, நிர்வாகத் திறமையோ எதுவுமில்லை என்பதுடன் கட்டுப்பாடு மிக்க அரண்மனைச் சூழலே தாரா ஷுகோவுக்கு வினையாகிப் போனது.

'இவர் மட்டும் இருந்திருந்தால்' என்னும் மிகப் பெரிய கேள்விக்குறி இந்திய வரலாற்றில் வைக்கப்படும் அளவுக்கு தாரா ஷுகோ நினைவு கூரப்படுகிறார். 'வைராக்கிய' உள்ளம் கொண்ட ஔரங்கசீப்புக்குப் பதிலாகத் 'தாராள' மனம் கொண்ட தாரா ஷுகோ ஆறாவது முகலாய சக்ரவர்த்தியாகி இருந்தால் என்ன நடந்திருக்கும்? வரலாறு முற்றிலுமாக மாறியிருக்குமா? ஷாஹீத்

நதீம் எழுதிய 'தாரா' நாடகத்தால் ஈர்க்கப்பட்ட சிலரிடம் சமீபத்தில் இப்படியொரு கேள்வி கேட்கப்பட்டிருக்கிறது. '1947இல் ஏற்படப் போகும் பிரிவினையை தாரா ஷுகோ பட்டத்துக்கு வந்திருந்தால் முன் கூட்டியே தடுத்திருப்பாரா? தவறான பழம் நினைவுகளைப் புறந்தள்ளிவிட்டு ஆராய்ந்தால், முகலாய சாம்ராஜ்யத்தை வெற்றி கொள்ளவோ, ஆளவோ, தாரா ஷுகோ தன்னைத் தயார்ப்படுத்திக் கொள்ளவே இல்லை என்பதே நிஜம். இந்துஸ்தானத்தின் மணிமகுடத்தை அணிந்துக் கொள்ளப் போகிறவர் யார் என்று நான்கு சகோதரர்களுக்கு இடையே தவிர்க்க முடியாத கடுமையான போட்டி நடைபெற்றது. நோய் வாய்ப்பட்டிருந்த ஷாஜஹானின் ஆதரவை தாரா ஷுகோ பெற்றிருந்தாலும், முகலாய சாம்ராஜ்யம் முழுவதும் பல பத்தாண்டுகள் பயணித்ததன் பயனாக ஔரங்கசீப் பெற்ற கூட்டணி பலம், தந்திரங்கள், உபாயங்கள், புத்திசாலித்தனம் ஆகியவற்றை அவரால் எதிர்க்கவோ, சமாளிக்கவோ, முடியவில்லை.

உலகைக் கைப்பற்றிய ஔரங்கசீப்

சிம்மாசனமா, கல்லறையா?

– முகலாய அரசாட்சியின் தாரக மந்திரம்

1657 செப்டெம்பர் மாதம் ஒரு நாள் ஷாஜஹான் கடுமையாக நோய்வாய்ப்பட்டிருந்ததால் வழக்கமாகத் தனது அரண்மனை பலகணியிலிருந்து குடிமக்கள் முன் தோன்றுவது தடைப்பட்டது. இதன் காரணமாக அன்றைய அரசாங்க நிகழ்ச்சிகளை ரத்து செய்தார். உடல்நிலை மோசமானதைத் தொடர்ந்து ஒரு வார காலம் காட்சி அளிக்காததால் மன்னர் குறித்த சந்தேகம் பொது மக்களிடையே காட்டுத்தீ போல் வேகமாகப் பரவியது. கடைகள் கொள்ளை அடிக்கப்பட்டதால் வியாபாரிகள் பீதி அடைந்தனர்.

தந்தை மரணத்தின் விளிம்பில் இருப்பதை உணர்ந்து கொண்ட நான்கு மகன்களும் அதிகார இடைவெளி உருவாக்கிய வாய்ப்பைப் பயன்படுத்தி ஆட்சியைக் கைப்பற்றத் தீவிரமாக முனைந்தனர். இந்துஸ்தானத்தின் அடுத்த சக்ரவர்த்தியாக முடிசூட்டிக் கொள்ள முகலாய வழக்கங்களான படை

பலத்தையையும் தந்திரத்தையும் நால்வரும் பயன்படுத்தத் துணிந்தனர்.

சகோதரர்களுக்கு இடையேயான அதிகாரப் போட்டி இரு ஆண்டு களில் முடிவுக்கு வந்தது. விவாதத்துக்கோ சந்தேகத்துக்கோ இடமின்றி ஔரங்கசீப் வெற்றி வாகை சூடி ஆட்சியைக் கைப்பற்றினார். முகலாய சிம்மாசனத்தில் அமர தாரா ஷுகோ, ஷா ஷுஜா, மூரத் ஆகிய மூன்று சகோதரர்களையும், தந்தை ஷாஜஹானையும் களத்திலிருந்து அகற்றினார். 1660களின் தொடக்கத்தில் மூன்று சகோதரர்களில் இருவரைக் கொன்று, மூன்றாமவரை இந்தியாவிலிருந்தே விரட்டி அடித்தார். ஷாஹஜான் நோயிலிருந்து சிறிது மீண்டு கொஞ்சம் குணமடையவே ஆக்ரா செங்கோட்டையில் அவரைச் சிறையில் அடைத்தார். பிரிக்கப்படாத முகலாய சாம்ராஜ்யத்தை ஆள நடைபெற்ற பல்வேறு வன்முறைகளிலிருந்து தப்பித்தவர் ஔரங்கசீப் மட்டுமே.

முகலாய அரச குடும்பத்தில் மணிமுடியைக் கைப்பற்றி, சிம்மாசனத்தில் அமர நடைபெற்ற வன்முறை வெறியாட்டங்கள், ரத்தக் களறிகள் ஆகியவற்றைக் கண்டு ஐரோப்பிய யாத்திரிகர்கள் அதிர்ச்சி அடைந்தனர். பல பத்தாண்டுகள் கழித்து முகலாய இந்தியாவுக்கு வருகை தந்த இத்தாலிய யாத்திரிகரான ஜெமிலி கரேரி குடும்பச் சண்டையை 'இயற்கைக்கு முரணான போர்' என்று வர்ணித்தார்.

ஔரங்கசீப் காலத்தில் சூரத்திலிருந்த கிழக்கு இந்திய கம்பெனி கத்தோலிக்க தேவாலய மதபோதகர் ஜான் ஒவிங்கடன் மனிதத் தன்மையற்ற 'காட்டுமிராண்டித்தனம்' என்று வர்ணித்தார். ஃபிராங்கோயிஸ் பெர்னியர், நிக்கோலி மனூஸ்ஸி உள்ளிட்ட ஐரோப்பியப் பயண எழுத்தாளர்கள் தந்திரங்கள் மற்றும் சூழ்ச்சிகள் நிறைந்த இந்நிகழ்வுகள் குறித்தும், அதிகார மமதை மற்றும் பதவி வெறியால் தூண்டப்பட்ட நான்கு சகோதரர்கள், குறிப்பாக ஔரங்கசீப் பற்றியும் விவரித்துள்ளனர். இந்திய வரலாற்று ஆசிரியர்கள் சம அளவில் அதிர்ச்சி அடைந்தாலும், இரக்கமற்ற, கொடுமையான நிகழ்வுகள் அவர்களைப் பெரிதும் ஆச்சரியப்படுத்தவில்லை.

'சிம்மாசனம் அல்லது கல்லறை' என்னும் பாரசீக தாரக மந்திரத்தின் வழிகாட்டுதல்படியே முகலாய அரசாட்சி நீண்ட காலம் நடைபெற்றது. ஷாஜஹான் தனது இரு சகோதரர்களான

குஸ்ராவ் மற்றும் ஷரியார் ஆகியோரை முறையே 1622 மற்றும் 1628இல் கொன்றுவிட்டே அரியணை ஏறினார். கூடுதல் நன்மைக்காகத் தனது அத்தை, மாமன் மற்றும் பெரியப்பன், சிற்றப்பன் ஆகியோரின் நான்கு மகன்களையும் தீர்த்துக் கட்டினார்.

ஷாஜஹானின் தந்தை ஜஹாங்கீரும் தனது தம்பி தன்யாளை விஷம் வைத்துக் கொன்றுவிட்டே சிம்மாசனத்தில் அமர்ந்தார் என்று சான்றுகள் கூறுகின்றன. முகலாய சாம்ராஜ்யத்தின் தொடக்க கால மன்னர்களான பாபர் மற்றும் ஹுமாயுன் ஆட்சியிலும் அண்ணன்–தம்பி மற்றும் தந்தை–மகன் ஆகியோருக்கு இடையே பதவிச் சண்டைகள் நடைபெற்றதாகப் பதிவுகள் தெரிவிக்கின்றன.

ஔரங்கசீப்புக்கும், சகோதரர்களுக்கும் இடையே ஆட்சியைப் பிடிக்க சண்டைகள் நடைபெறும் என்று எதிர்பார்க்கப்பட்டாலும், மோதலுக்கான நேரமோ காலமோ முடிவோ முன் கூட்டியே தீர்மானிக்கப்படவில்லை.

• • •

1657இல் ஷாஜஹான் 65 வயதை நிறைவு செய்தார். அவருக்கு முந்தைய நான்கு முகலாய மன்னர்களுடன் ஒப்பிடுகையில் நீண்ட காலம் வாழ்ந்தவர் இவர்தான். ஆயினும் அவர் நோய்வாய்ப் பட்டது எதிர்பாராத திடீர் நிகழ்வாகும். அவர் மரணத்தின் வாசலைத் தொட்ட காரணம் என்ன என்பதில் சமகாலத்தவர் களாலும் ஒருமித்த கருத்துக்கு வர முடியவில்லை. பல பெண்களுடன் தகாத உறவு வைத்துக் கொண்டு, காம வெறியுடன், முறையற்ற வாழ்க்கை வாழ்ந்த ஷாஜஹான், பாலுணர்வு அதிகரிக்கவும், வீரியம் பெருகவும் அதிக அளவில் மருந்து எடுத்துக் கொண்டதாகக் கூறுகிறார் இத்தாலியப் பயண எழுத்தாளர் நிக்கோலி மனூஸ்ஸி.

65 அகவை தாண்டிய முதுமைப் பருவத்தில் வயதுக்கு மீறிய பாலுணர்வு வேட்கையில் அளவுக்கு அதிகமாகப் பல பெண்களுடன் உடலுறவில் ஈடுபட்டார் என்கிறார் இத்தாலிய யாத்திரிகரான ஜெமிலி கரேரி. அவர் நோய்வாய்ப்பட சிறுநீர்ப்பையும், குடலுமே உண்மையான காரணம் என்பது இன்னும் சிலரின் கருத்து. வாரிசு உரிமைப் போட்டிக்கு வழிவகுத்த அவரது உண்மையான நோய் எதுவாக இருப்பினும், நான்கு இளவரசர்களுக்கு இடையேயான மோதலுக்கான அடித்தளம் பல ஆண்டுகளுக்கு முன்பே அமைக்கப்பட்டுவிட்டது.

1650களின் தொடக்கத்திலேயே தாரா ஷுகோவை எதிர்க்க ஔரங்கசீப் தனது மற்ற சகோதரர்களான ஷா ஷுஜா மற்றும் மூரத் ஆகியோருடன் ரகசிய உடன்படிக்கை செய்து கொண்டார். தங்களது தந்தை ஷாஜஹான் மூத்த சகோதரன் தாரா ஷுகோவைத்தான் முழுமையாக ஆதரித்தார் என்பது மற்ற மூன்று இளைய சகோதரர்களுக்கும் ஏற்கெனவே தெரிந்திருந்ததால், வாரிசுப் போட்டியில் களத்திலிருக்கும் தங்களைக் கொல்ல தாரா ஷுகோ நிச்சயம் திட்டமிட்டிருப்பார் என்பதையும் தம்பிகள் அறிந்தே இருந்தனர். இதனால் ஔரங்கசீப்புடன் ஒத்துழைக்க உடனடியாக ஒப்புக்கொண்டனர்.

தாரா ஷுகோ பற்றிச் சமகாலத்தில் வாழ்ந்த பாரசீகர் ஒருவர் 1652இல் 'தனது சகோதரர்களின் குருதியைக் குடிக்கக் காத்திருக்கும் ரத்த வெறி பிடித்த ஓநாய்' என்று கூறியிருந்தார். வாரிசு சண்டை தீவிரமாக நடைபெற்றுக் கொண்டிருக்கையில் ஔரங்கசீப் தனது தந்தை ஷாஜஹானுக்கு அனுப்பியிருந்த கடிதத்தில் தாரா ஷுகோவின் கொலைகார நோக்கங்களையும், குறிப்பாக அப்பாவியான தனது (ஔரங்கசீப்) ரத்தத்தை ருசிக்க ஆவலுடன் காத்திருக்கிறார் என்றும் குறிப்பிட்டிருந்தார். ஆனால் கடைசியில் சகோதர சண்டையைத் துவக்கியதும் உடன் பிறந்தவர்களைக் கொன்றதும் ஔரங்கசீப்தான்.

ஷாஜஹான் நோய்வாய்ப்பட்டிருந்தபோது, தில்லி அரசவையில் இருந்தது தாரா ஷுகோ மட்டுமே. மற்ற மூன்று சகோதரர்களும் முகலாய சாம்ராஜ்யத்தைப் பாதுகாக்கவும் நிர்வகிக்கவும் மூன்று திசைகளில் முகாமிட்டிருந்தனர். கிழக்கில் வங்கத்தைக் கட்டுப்படுத்த ஷா ஷுஜா. மேற்கே குஜராத்தில் மூரத். தெற்கில் தக்காணத்தில் ஔரங்கசீப். தந்தை படுத்த படுக்கையான விவரத்தை மற்ற சகோதரர்களிடமிருந்து மறைக்கத் தாரா ஷுகோ கடுமையான முயற்சிகளை மேற்கொண்டார். சகோதரர்களிடம் தூதர்கள் செய்தியை எடுத்துச் செல்லாமலிருக்கச் சாலைகளை மூடிக் கண்காணிப்பைத் தீவிரப்படுத்தியும் எப்படியோ விஷயம் அவர்களைச் சென்றடைந்தது. தாரா ஷுகோ ஆட்சியைக் கைப்பற்றத் தந்தையை வீட்டுச் சிறையில் அடைத்ததாகவும் தங்களைக் கொல்லத் திட்டமிடுவதாகவும் சில வதந்திகளையும் மற்றவர்கள் கேள்விப்பட்டனர்.

சிம்மாசனத்தைக் கைப்பற்ற நான்கு சகோதரர்களுக்கு இடையே மோதல் உருவானதுடன், சாம்ராஜ்யத்தின் அதிகாரிகளும் தங்களுக்குப் பிடித்தமானவர்களுடன் இணைந்து கொண்டனர்.

வலிமை மிக்க எதிரிகளான ஷா ஷுஜாவுக்கும் மூரத்துக்கும் கணிசமான ஆதரவு இருந்தாலும், நிஜமான போட்டி தாரா ஷுகோவுக்கும் ஔரங்கசீப்புக்கும் இடையேதான் நிலவியது. பெரும்பான்மை முகலாய உயர் குடும்ப அங்கத்தினரும் ஔரங்கசீப்பையே ஆதரித்தனர். விதிவிலக்கின்றி முகலாய அரச குடும்பத்துப் பெண்களும் தங்களுக்குப் பிடித்தமான சகோதரனே மன்னனாக வேண்டும் என்று விரும்பி ஆதரித்தனர்.

மூத்த சகோதரி ஜகனாரா பேகம் தனது ஆதரவை தாரா ஷுகோவுக்கும், அடுத்த சகோதரி ரோஷனாரா தனது ஆதரவை ஔரங்கசீப்புக்கும், கடைசி சகோதரி கௌஹராரா தனது ஆதரவை மூரத்துக்கும் அளித்தனர். தாரா ஷுகோவை எதிர்க்க ஔரங்கசீப் முதல் நடவடிக்கையாக மூரத்துடன் ஒரு பலவீனமான ஒப்பந்தம் செய்து கொண்டார்.

• • •

தந்தை மறைந்துவிட்டார் என்ற பொய்யான வதந்தியை நம்பி 1657 டிசம்பரில் மூரத் தன்னை மன்னனாக அறிவித்துக் கொண்டு குஜராத்தில் முடிசூட்டு விழாவையும் நடத்தினார். ஆனால் இந்நிகழ்வைப் பெரும் அச்சுறுத்தலாக ஔரங்கசீப் கருதவில்லை. முகலாய சாம்ராஜ்யத்தின் வசதியான மாகாணங்கள் ஒன்றின் நிர்வாகப் பொறுப்போடும், ஆயிரக்கணக்கான வீரர்களின் படை பலத்தோடும் மூரத் வலுவாக இருப்பதுதான் அவரைப் பொருத்தவரை அச்சுறுத்தல்.

இளைய சகோதரன் மூரத்தைக் குஜராத்திலிருந்து வெளியேற்ற ஔரங்கசீப் தந்திரமாக இனிக்க, இனிக்கப் பேசினார். நிச்சயமாகக் காப்பாற்றப் போவதில்லை என்னும் தீர்மானத்துடன் சத்தியங் களையும் வாக்குறுதிகளையும் வாரி வழங்கினார். தாரா ஷுகோவையும் ஷா ஷுஜாவையும் தோற்கடிக்க உதவினால், முகலாய சாம்ராஜ்யத்தின் வடக்கு மற்றும் வட கிழக்குப் பிராந்தியங்களின் ஆட்சிப் பொறுப்பை மூரத்துக்கு அளிப்பதாக உறுதியளித்தார். மேலும் ஔரங்கசீப் தனது சகோதரனிடம் ‘இணைந்த இரு இதயங்கள் மலையைக் கூடப் பிளக்கும’ என்னும் பாரசீகப் பழமொழியைக் கூறியதாக ஈஸ்வர்தாஸ் பதிவு செய்துள்ளார்.

ஔரங்கசீப்பின் தந்திரம் வேலை செய்தது. குஜராத்தை விட்டு மூரத் வெளியேற அவரது படைகள் ஔரங்கசீப்பின் சேனையுடன் இணைந்து போரிட்டு உஜ்ஜைனிக்கு அருகில் தர்மத் என்ற

இடத்தில் 1658 ஏப்ரலில் சாம்ராஜ்யத்தின் படைகளைத் தோற்கடித்தன. இச்சகோதரர்களின் கூட்டுப் படைகள் வடக்கே முன்னேறி முகலாய சாம்ராஜ்யத்தின் மையப் பகுதியான தில்லியில் வெற்றிக் கொடியை நாட்டின.

50,000க்கும் அதிகமான தாரா ஷுகோவின் படைகளை ஔரங்கசீப் மற்றும் மூரத் சகோதரர்களின் கூட்டுப் படைகள் ஆக்ராவுக்குக் கிழக்கே 1658 மே மாத சுட்டெரிக்கும் வெய்யிலில் சந்தித்தன. 'சமுகர் யுத்தம்' என இன்று அழைக்கப்படும் இப்போர் முகலாய வாரிசுப் போரின் முடிவை நிர்ணயிக்கும் முக்கியத் தருணமாக விளங்கியது.

போர் தொடங்குவதற்கு முதல் நாள் ஔரங்கசீப் தனது மற்றும் மூரத் படைகளை சண்டைக்கு அனுப்பாமல் ஓய்வெடுக்க உத்தரவிட்டார். தாரா ஷுகோவின் படை வீரர்கள் கனமான முக மற்றும் உடல் கவசங்களுடன் வறுத்தெடுக்கும் வெய்யிலில் காய்ந்து கொண்டிருந்தனர். கடுமையான வெப்பம் காரணமாக வியர்வை ஆறாக வழிந்தோடியது. எதிரிகள் கொல்ல வேண்டிய அவசியமே இல்லாமல் தாரா ஷுகோ படை வீரர்கள் உடலில் நீர்ச்சத்து குறைந்து கொத்துக் கொத்தாகத் தாங்களாகவே ஆங்காங்கே மயங்கி விழுந்து மடிந்தனர்.

அடுத்த நாள் விடியற்காலை பீரங்கிகள், குதிரைப்படை, யானைப்படை, தேர்ப்படை, காலாட்படை மற்றும் தேர்ந்த வில்லாளர்களுடன் இரு பிரிவினரும் போருக்குத் தயாரானார்கள். தத்தம் படைகளை ஔரங்கசீப்பும், தாரா ஷுகோவும் யானை மீதமர்ந்தவாறே நோட்டம் விட்டனர். 'இரு தரப்புப் படைகளும் கடுமையாக மோதிக் கொண்டன. வீரர்களின் போர் முழக்கமும், மண்ணில் சாய்ந்தவர்களின் மரண ஓலமும் விண்ணில் எதிரொலித்தன' என்கிறார் பதினெட்டாம் நூற்றாண்டைச் சேர்ந்த ஒரு வரலாற்று ஆசிரியர். சூரியன் அஸ்தமிக்கும் வேளையில் ஔரங்கசீப்பின் வீரர்கள் பீரங்கிகள் மற்றும் ஏவுகணைகள் மூலம் தாரா ஷுகோ அமர்ந்திருந்த போர் யானையைத் தாக்கும் அளவுக்கு நெருங்கி வந்தனர்.

உயிருக்குப் பயந்த தாரா ஷுகோ உடனே யானையிலிருந்து இறங்கி, குதிரையில் ஏறி தப்பிச் சென்றார். மன்னன் தப்பிச் செல்வதைக் கண்ட வீரர்கள், குழப்பத்துடனும் மனச் சோர்வுடனும் ஆளுக்கொரு பக்கமாகச் சிதற, பலர் கொல்லப் பட்டனர். போரில் தாரா ஷுகோவின் படைகள் படுதோல்வி

அடைந்தன. இதைத் தொடர்ந்து பெயரளவுக்கு மன்னராக செங்கோட்டையில் சிகிச்சை பெற்றுக் கொண்டிருந்த ஷாஜஹானுடன் ஒப்பந்தம் செய்து கொள்ள ஔரங்கசீப்பும் மூரத்தும் ஆக்ரா கோட்டையை அடைந்தனர். ஆக்ராவில் ஒளிந்து கொண்டிருந்த தாரா ஷுகோ இவ்விருவரும் அங்கே வருவதைத் தெரிந்து கொண்டு உயிர் பிழைக்கத் தில்லி வழியாக லாகூருக்குத் தப்பி ஓடினார்.

• • •

ஆக்ரா கோட்டை வாசலில் முகாமிட்டிருக்கும் ஔரங்கசீப்பைச் சந்திக்க ஷாஜஹான் முயற்சி செய்தார். குரானில் இடம் பெற்றுள்ள பல ஆண்டுகள் கழித்துத் தனது தந்தை ஜேகப்புடன் இணையும் ஜோசஃப் கதையைக் குறிப்பிட்டுத் தன்னைச் சந்திக்க ஒப்புக் கொள்ளுமாறு வேண்டினார். ஆனால் அதில் ஏதோ வஞ்சமும் சூழ்ச்சியும் இருப்பதாகக் கருதிய ஔரங்கசீப் தந்தையுடனான சந்திப்பைத் தொடர்ந்து தவிர்த்தார்.

1658 ஜூன் தொடக்கத்தில் ஷாஜஹான் தங்கியிருந்த ஆக்ரா கோட்டையை முற்றுகையிட்டதுடன் குடிநீர் இணைப்புகளையும் துண்டிக்க உத்தரவிட்டார். அடுத்த சில நாள்களில், ஷாஜஹான் ஆக்ரா கோட்டைக் கதவுகள், கஜானா, ஆயுதக் கிடங்கு ஆகியவற்றைத் திறந்ததுடன் இளைய மகன்களிடம் சரணடைந்தார்.

முகலாய சாம்ராஜ்யத்தை ஐந்து பாகங்களாகப் பிரித்து ஔரங்கசீப்புக்கும் அவரது மூத்த மகன் முகம்மது சுல்தானுக்கும் இரண்டு பாகங்களையும், மீதமுள்ள மூன்று பாகங்களையும் ஏனைய மூன்று சகோதரர்களுக்கும் பிரித்து கொடுத்துவிட்டுச் சமாதானமாகச் செல்லும் திட்டத்தை ஷாஜஹான் தயாரித்தார். ஔரங்கசீப்பை ஒப்புக் கொள்ள வைக்கத் தனது மூத்த மகள் ஜஹனாராவை தூது அனுப்பினார்.

ஷாஜஹான் சரணடைந்ததுடன் சமாதானத்துக்கும் தயாரானதைத் தெரிந்து கொண்ட மீதமுள்ள முகலாய ராஜாங்க அதிகாரிகளும் முக்கியஸ்தர்களும், முற்றுகை முழுமை அடைவதற்கு முன்பே ஔரங்கசீப்பின் வெற்றியை ஏற்றுக் கொண்டு அவரது விசுவாசிகளாகத் தங்களை அடையாளப்படுத்திக் கொள்ளத் தலைப்பட்டனர்.

அடுத்த சில வாரங்களில் ஔரங்கசீப் மற்றும் மூரத் ஆகியோருக்கு இடையே நிலவிய நல்லுறவில் விரிசல் ஏற்படத் தொடங்கியது.

மூரத் தனது வீரர்களின் ஊதியத்தைப் பன்மடங்கு அதிகரித்து முன் பணமும் விரைந்து அளிப்பதாக வாக்குறுதி அளித்தார். பணத்தாசை காட்டி ஔரங்கசீப் வீரர்களைத் தன் பக்கம் இழுக்க முயற்சித்தார். தாரா ஷுகோ பல முறை வற்புறுத்தியும் அவரை அனுசரித்துப் போவதைத் தாமதப்படுத்தினார். ஔரங்கசீப் உடனான சந்திப்பையும் தவிர்த்தார். மூரத்தால் எந்தப் பயனும் இல்லை என்பதுடன் அவர் உயிருடன் இருந்து தனக்கு இனி ஆக வேண்டியதும் ஏதுமில்லை என்ற முடிவுக்கு ஔரங்கசீப் வந்தார்.

உடல்நலம் சரியில்லை என்ற பொய்யைச் சொல்லி தன்னைச் சந்திக்குமாறு 1658 கோடையில் ஔரங்கசீப் தனது தம்பி மூரத்துக்குச் சொல்லி அனுப்பினார். வந்தவருக்கு வயிறு புடைக்க தடபுடலாக விருந்து நடைபெற்றது. போதாக்குறைக்கு ஔரங்கசீப் (தான் குடிக்காமல்) மூரத்துக்கு போதை தலைக்கேறும் வகையில் மதுபானத்தை ஊற்றிக் கொடுத்தார். போதாக் குறைக்கு இளம் பெண்களையும் அனுப்பி வைத்தார். அவர்களுடனான காமக் களியாட்டத்தில் தன்னை மறந்தார் மூரத்.

கையில் ஆயுதமோ மெய்க்காப்பாளர்கள் பாதுகாப்போ ஏதுமின்றி மூரத் குடி போதையில் மயங்கிச் சரிந்தார். சற்றும் தாமதிக்காமல் மூரத்தைச் சங்கிலியால் பிணைத்துச் சிறையில் அடைக்க, மயக்கம் தெளிந்து எழுந்த மூரத்துக்கு அப்போதுதான் ஔரங்கசீப்பின் தந்திரம் புரிந்தது. தங்களது தலைவன் கைது செய்யப்பட்டதை அறிந்தவுடன் மூரத்தின் 20,000 வீரர்களும் உயிர் பிழைக்க ஔரங்கசீப்பிடம் சரணடைந்தனர்.

இந்துஸ்தானத்தின் அரசன்

> கொண்டாட்டங்கள் சொர்க்கத்தைப் போல் அலங்கரிக்கப் பட்டிருந்தால், ஆகாயம்கூடத் தனது இடத்தை விட்டு எழுந்து நடனமாடும்.
>
> – ஔரங்கசீப்பின் முதல் முடிசூட்டு விழாக் கொண்டாட்டம் பற்றி 18ஆம் நூற்றாண்டு வரலாற்று ஆசிரியர் காஃபி கான் பதிவு.

சிறையில் மூரத், வீட்டுக் காவலில் ஷாஜஹான், உயிருக்குப் பயந்து நாட்டை விட்டே ஓடிய தாரா ஷுகோ என அனைவரையும்

முடக்கிப் போட்டார் ஔரங்கசீப். இருப்பினும் தனது இரு முடிசூட்டு விழாக்களுள் முதலாவதை நடத்தச் சற்று நிதானித்து எச்சரிக்கையுடன் திட்டமிட்டார். சோதிடர்கள் நல்ல நாள் கணித்துக் கொடுக்க, *1658* ஜூலை *31*இல் தில்லி ஷாலிமார் தோட்டத்தில், 'உலகைக் கைப்பற்றியவர்' என்ற பொருளில் 'ஆலம்கீர்' என்னும் பட்டத்துடன் சக்ரவர்த்தியாக முடிசூட்டிக் கொண்டார் ஔரங்கசீப்.

முகலாய வழக்கப்படி பதவியேற்பின்போது வாத்தியங்கள் இசைப்பது, பரிசுகள் வழங்குவது ஆகியவற்றை அனுமதித் தாலும், நாணயங்கள் வெளியிடுவதையும், அவரது பெயரில் நடைபெறும் வெள்ளிக் கிழமை பிரசங்கத்துக்கும் தடை விதித்தார். இவற்றுக்குத் தடை விதிக்கப்பட்டாலும், இத்தருணம் ஔரங்கசீப்பின் நீண்ட நெடிய ஆட்சிக்கு நல்ல தொடக்கமாக அமைந்தது. சில ஆண்டுகள் கழித்துத் தீட்டப்பட்ட அவரது முதல் முடிசூட்டு விழா ஓவியத்தில், ஔரங்கசீப்பின் தாடி இன்னும் கருத்த நிலையில், முழங்கால் முட்டிப் போட்டுக் கொண்ட நிலையில் அவரது எளிமையையும் தருணத்தின் முக்கியத் துவத்தையும் வெளிப்படுத்துகிறது.

அரண்மனைக்குப் பின்னாளில் வருகை தந்தவர் ஔரங்கசீப்பின் ஓவியத்தைத் தீட்டினார். அதில் அனைவரது கவனத்தையும் ஈர்க்கும் எடுப்பான மூக்கும் ஆலிவ் வண்ணச் சருமமும் தெளிவாகத் தெரிந்தன. நிமிர்ந்து உட்கார்ந்து பழகியதால் முதுமையில் அவரது தோள்கள் வில்போல் வளையக் கூடிய எந்த அறிகுறியும் தென்படவில்லை. மேலும் இரு படங்கள் மட்டுமே இந்த நிகழ்ச்சியின் தரத்துக்கு அடையாளமாகத் திகழ்கின்றன. இந்த ஓவியம் ஒருங்கிணைந்த முகலாய நாட்டின் மீது வளமான, நல்லொழுக்கமுள்ள ஆட்சிக்கான நம்பிக்கையுடன், புதிதாக முடிசூட்டிக் கொண்ட மன்னரைச் சொர்க்கத்தின் அங்கீகாரத்தில், கருமையான புயல் மேகங்கள் வழியே வெளிச்சத்தின் விரிந்த கீற்றுகளைப் பரப்பி, ஒளி வெள்ளத்தில் நனைத்துக் கொண்டிருப்பதை காட்சிப்படுத்துகிறது.

• • •

தொடக்க முடிசூட்டு விழா முடிந்த கையோடு, பொறுப்பின்றி இருக்கும் தனது இரு சகோதரர்களான தாரா ஷுகோ, ஷா ஷுஜா இருவருடனும் நடுநிலையோடு இருக்க முடிவெடுத்தார். தாரா ஷுகோவை மாதக் கணக்கில் தொடர்ந்து விரட்ட அவர் லாகூர்,

முல்டன் மற்றும் சிந்து நதியின் தெற்குப் பகுதி என ஒவ்வொரு ஊராக பயந்து ஓடிக் கொண்டேயிருந்தார்.

உயிர் பிழைக்க கரடு முரடான பாதை, காடு, மலை, தண்ணீர் கூடக் கிடைக்காத பாலைவனம் என வீரர்களுடன் பயணித்தார் தாரா ஷுகோ களைப்போடு கடைசியாக குஜராத்தை அடையும் போது உடன் வந்த வீரர்களில் பலர் வழியிலேயே மரணமடைந் திருந்தனர். 1658 செப்டெம்பர் இறுதியில் தாரா ஷுகோவைப் பிடிக்கும் வேலையைத் தனது நம்பிக்கைக்குரிய தளபதிகளின் பொறுப்பில் விட்டுவிட்டு ஷா ஷுஜாவை வேட்டையாட தில்லிக்குத் திரும்பினார் ஔரங்கசீப்.

ஷா ஷுஜா அதற்கு முந்தைய ஆண்டு முழுவதும் பரபரப்பாகவே இருந்தார். தனது தந்தை ஷாஜஹான் நோய்வாய்ப்பட்டுப் படுத்த படுக்கையானதைத் தொடர்ந்து அபுல் ஃபவுஸ் (வெற்றியின் தந்தை) என்றும் நாஸுருதீன் (நம்பிக்கையின் பாதுகாவலர்) என்றும் மூன்றாம் முகம்மது தைமூர் என்றும் இரண்டாம் அலெக்ஸாண்டர் ஷா ஷுஜா பகதுர் காஜி என்றும் பல்வேறு பட்டங்களுடன் தனக்குத் தானே மன்னராக முடிசூட்டிக் கொண்டார்.

ஆனால் முகலாய சாம்ராஜ்யத்தை ஆள வேண்டும் என்னும் ஷா ஷுஜாவின் ஆசை குறைந்த காலமே நீடித்தது. 1658 பிப்ரவரியில், அதாவது அதே ஆண்டு மே மாதம் நடைபெற்ற சமுகர் யுத்தத்துக்கு முன்பாகவே, ஔரங்கசீப் மற்றும் மூரத்தின் கூட்டுப் படைகள், காசிக்கு அருகே தாரா ஷுகோவின் மூத்த மகன் சுலைமான் ஷுகோவின் தலைமையிலான படையைத் தோற்கடித்தன. மூர்க்கமாக நடைபெற்ற போரில் மடிந்த மற்றும் காயமடைந்த வீரர்களின் உடலிலிருந்து தரையெங்கும் ஆறாக ஓடிய ரத்தம் ட்யூலிப் பூக்கள் பூத்துக் குலுங்கும் செந்நிற வயலைப்போல் காட்சியளித்தது என்கிறது ஓர் அறிக்கை.

1658 மே மாதம் ஷா ஷுஜா தோல்வியை ஒப்புக்கொண்டு சரணடையும் பட்சத்தில் தனது சாம்ராஜ்யத்தின் கிழக்குப் பகுதியை நிர்வகிக்கும் பொறுப்பை வழங்குவதாக ஔரங்கசீப் உறுதியளித்துக் கடிதம் அனுப்பினார். ஆனால் ஷா ஷுஜா சலுகையைப் புறக்கணித்துவிட்டுப் போருக்குத் தயாரானார்.

1659 ஜனவரியில் அலகாபாத்துக்கு வடமேற்கே கஜ்வா என்ற இடத்தில் ஔரங்கசீப் மற்றும் ஷா ஷுஜாவின் படைகள் மோதிக்

கொண்டன. ஷாஜஹானுக்கு விசுவாசமாக இருந்த ஜஸ்வந்த் சிங் என்னும் ராஜபுத்திரர் கடைசி நேரத்தில் ஔரங்கசீப்புக்கு உதவாமல் விலகிக் கொண்டார். இருப்பினும் ஷா ஷுஜாவை விடவும் ஔரங்கசீப் வீரர்கள் எண்ணிக்கை இரு மடங்குக்கும் அதிகம் என்பதால் ஔரங்கசீப் மிக எளிதாக வென்றார். ஒரு கட்டத்தில் ஷா ஷுஜா அமர்ந்து கொண்டிருந்த பட்டத்து யானை போர்க்களத்திலிருந்து ஓடாமல் இருப்பதைத் தடுக்க அதன் கால்களைக் கட்ட உத்தரவிட்டார். உயிருக்கு பயந்த ஷா ஷுஜா எப்படியோ யானையிலிருந்து கீழே குதித்துத் தப்பி ஓடினார்.

சுமார் ஒன்றரை ஆண்டு காலம் தொடர்ந்து விரட்டிய விரட்டில் ஷா ஷுஜா மொத்தமாக இந்தியாவை விட்டு விலகி டாக்கா துறைமுகம் வழியாக பர்மாவை அடைந்தார். அடைக்கலம் தந்தால் எங்கே ஔரங்கசீப்பின் கோபத்துக்கு ஆளாவோமோ என்று அஞ்சிய அந்நாட்டு மன்னன் அரக்கன் அபயம் கேட்டு வந்த ஷா ஷுஜாவைக் கொன்று தனது விசுவாசத்தைக் காட்டிக் கொண்டார். (இருவருக்கும் இடையேயான மோதல் மற்றும் ஷா ஷுஜாவின் மரணம் குறித்த தகவல்கள் தெளிவாக இல்லை).

வாரிசு உரிமைக்கான இறுதிக் கட்ட போர் இந்தியாவில் மீண்டும் தொடங்கி 1659 மார்ச் மாதம் மூன்று நாள்கள் நடைபெற்றது. 20,000 க்கும் அதிகமான வீரர்களைக் (குஜராத்தைச் சேர்ந்தவர்கள்) கொண்ட படையை அஜ்மீருக்கு வெளியே உள்ள குன்றுகளின் மீது நிறுத்தினார் தாரா ஷுகோ. குறைந்த அளவிலான படை என்றாலும், கரடு முரடான மலைப்பாதை, உயரமான மதில்கள், ஆழமான அகழிகள் ஆகியவை தனக்குச் சாதகமாக இருக்குமென நம்பினார். ஆனால் ஔரங்கசீப் பீரங்கிகளைப் பயன்படுத்தி இரண்டே நாள்களில் அந்தப் பகுதி முழுவதையும் புகை மண்டலமாக்கினார்.

இது குறித்து ஔரங்கசீப் சமஸ்தான வரலாற்று ஆசிரியர் ‘வெடி மருந்துகளின் நெருப்புக் கீற்றுகளும், வெளியேறிய புகையும், பயங்கர சத்தமும், அந்தப் பகுதி முழுவதையும் இடி, மின்னலுடன் கூடிய கருமையான புயல் மேகங்களைப் போலிருந்தன’ என்று வர்ணிக்கிறார். மூன்றாம் நாள் ஔரங்கசீப் தனது படைகளைப் பிரித்து தாரா ஷுகோ படையை முன்னும் பின்னுமாகத் தீவிரமாகத் தாக்கினார். தனது படைகள் சிதறுவதைப் பார்த்த தாரா ஷுகோ உயிரைக் காப்பாற்றிக் கொள்ள மீண்டும் களத்தை விட்டுத் தப்பிச் சென்றார்.

மூன்று மாதங்கள் தொடர்ந்து ஓடிக் கொண்டே இருந்த தாரா ஷுகோ ஆப்கன் மன்னன் மாலிக் ஜிவானிடம் தஞ்சம் புகுந்தார். ஷாஜஹானால் மரண தண்டனை விதிக்கப்பட்டு தாரா ஷுகோவிடம் உயிர்ப் பிச்சை கேட்டதால் காப்பாற்றப் பட்டவர்தான் இந்த மாலிக் ஜிவான். அந்த நன்றி விசுவாசத்தில் தன்னைப் பாதுகாப்பார் என்று நம்பி அவரிடம் அடைக்கலம் புகுந்தார் தாரா ஷுகோ. ஆனால் ஔரங்கசீப்புக்குப் பயந்த மாலிக் ஜிவானோ உடனடியாக தாரா ஷுகோவைச் சிறைப்பிடித்து போர்க் கைதியாக மீண்டும் தில்லிக்கே அனுப்பி வைத்தார்.

வாழ்வும் சாவும்

மென்மைக்கும், கடுமைக்கும் நடுவேதான் சக்ரவர்த்தி இருக்க வேண்டும்.

- ஔரங்கசீப்

முகலாய சாம்ராஜ்யத்தின் தலைவராக முதலில் முடிசூடிக் கொண்ட ஒரு வருடம் கழித்து 1659 ஜுன் 15 ஆம் தேதி ஔரங்கசீப் இரண்டாவது முறையாக முடிசூடிக் கொண்டார். இம்முறை முகலாயர்களின் செல்வத்தையும் செல்வாக்கையும் பறைசாற்றும் வகையில் கொண்டாட்டங்கள் ஆடம்பரமாக நடைபெற்றன.

ஔரங்கசீப்பின் பெருமையைப் பாடிய பாடகர்களுக்கும் இசைக் கலைஞர்களுக்கும், வைரமும் வைடூரியமும் வாரி வழங்கப் பட்டன. ஏராளமான துணிகள் பயன்படுத்தப்பட்டதால் ஏழு தட்பவெப்ப நிலைப் பிராந்தியங்களைச் சேர்ந்த வியாபாரிகள் கொழுத்த லாபம் ஈட்டினர். வெள்ளிக் கிழமை பிரசங்கத்தில் உலகைக் கைப்பற்றியவர் என்று பொருள்படும் ‘ஆலம்கீர் ஔரங்கசீப்’ என்று புகழப்பட்டதுடன் நாணயங்களும் பொறிக்கப் பட்டன.

வாரிசுப் போட்டியில் தன்னை எதிர்த்தவர்களை வென்று சக்ரவர்த்தியாக முடி சூட்டிக் கொண்ட ஔரங்கசீப்புக்கு இப்போது வயது நாற்பது. பதவிச் சண்டையில் தொடக்கம் முதலே தனது அண்ணனும் தவிர்க்க முடியாத முதல் எதிரியாகவும், விளங்கிய தாரா ஷுகோவின் கதையை முடிக்கத் திட்டமிட்டார் ஔரங்கசீப்.

1659 கோடையில் கைதியாக தில்லியை வந்தடைந்த தாரா ஷுகோவும் அவரது பதினான்கு வயது மகன் ஷிகிர் ஷுகோவும் பிச்சைக்காரர்களைப் போல கிழிந்த உடையுடன், அனைவரும் பார்த்துப் பரிதாபப்படும் நிலையில், தில்லி தெருக்களில் யானை மீது ஊர்வலமாக அழைத்து வரப்பட்டனர். குடை போன்ற பாதுகாப்பு இல்லாததால், இருவரும் சுட்டெரிக்கும் வெய்யிலில் வெந்து துடித்தனர்.

இவர்கள் தப்பிச் செல்ல முயற்சிக்கும் பட்சத்தில் கொல்வதற்குத் தயாராக பின்னால் உருவிய வாளுடன் ஒரு வீரன் உட்கார்ந்திருந்தான். முகலாய வம்சத்தில் இதுபோன்ற நிகழ்வுகள் புதிதல்ல. மிகச் சரியாக ஒன்றரை ஆண்டுகளுக்கு முன்பு ஷா ஷுஜாவின் தளபதிகளை இதேபோன்று தில்லி வீதிகளில் இழுத்து வரச் செய்து தாரா ஷுகோ அவமானப்படுத்தியதை தில்லி மக்கள் மறக்கவில்லை. தாரா ஷுகோ மற்றும் அவரது பதின்பருவ மகனை இழிவுபடுத்தும் ஔரங்கசீப்பின் நடவடிக்கையைப் பொது மக்கள் ரசிக்கவில்லை என்கிறார் ஃப்ராங்கோயிஸ் பெர்னியர்.

அடுத்த நாள் ஔரங்கசீப்பின் நேரடி உத்தரவுக்கேற்ப தாரா ஷுகோவின் தலை துண்டிக்கப்பட்டது. தாரா ஷுகோ இஸ்லாம் மதத்துக்கு விரோதமாகச் செயல்பட்டதாலேயே அவருக்கு மரண தண்டனை விதிக்கப்பட்டதாக ஔரங்கசீப் தனது செய்கையை நியாயப்படுத்தி விளக்கமளித்ததாகச் சமகாலத்தில் வாழ்ந்த சிலர் பதிவு செய்துள்ளனர். இன்னும் சிலரோ மரண தண்டனை நிறைவேற்றப்பட்டது என்று சாதாரணமாகக் குறித்துள்ளனர்.

அடுத்த சில ஆண்டுகள் கழித்து யாரோ ஒருவரைக் கொலை செய்த குற்றத்துக்காக மூரத் தலையும் வெட்டப்பட்டது. வாரிசுப் போரில் தனக்குப் போட்டியாகத் தனது சகோதரர்கள் யாரும் உயிருடன் இருக்கக்கூடாது என்பதே ஔரங்கசீப்பின் ஒரே நோக்கமாகும். இதன் காரணமாகவே வலுவான காரணங்கள் ஏதுமில்லா விட்டாலும் அவர்களைக் கொன்று குவித்தார். தாரா ஷுகோவின் இரு மகன்களில் மூத்தவனான சுலைமான் ஷுகோவைக் கொல்ல ஔரங்கசீப் அற்பமான காரணங்களைத் தேடி அலையாமல், அபின் போதை மருந்தை அளவுக்கு அதிகமாகத் தண்ணீரில் கலக்கிக் குடிக்க வைத்து 1661இல் அவரைச் சாகடித்தார்.

ஔரங்கசீப்பின் கொலைகாரச் செயல்கள் இன்றைய வாசகர்களுக்குக் கொடூரமாகத் தோன்றினாலும், வாய்ப்புக்

கிடைத்திருந்தால் அவரது சகோதரர்களும் தவறாமல் இதே பாதகச் செயல்களைத்தான் அரங்கேற்றி இருப்பார்கள். இந்த நிகழ்வு பற்றி மனூஸ்ஸியின் பதிவு. 'மரண தண்டனை நிறைவேற்றப் படும் நாளில் தாரா ஷுகோவிடம் நீ மன்னனாகவும், நான் மரண தண்டனைக் கைதியாகவும் இருந்திருந்தால் என்ன செய்திருப்பாய் என்று ஔரங்கசீப் கேட்டதாகவும் 'உன் (ஔரங்கசீப்) உடலை நான்கு துண்டுகளாக வெட்டி தில்லியின் நான்கு பிரதான வாயில்களில் தொங்க விடுவேன்' என்று தாரா ஷுகோ பதிலளித்ததாகவும் பதிவு செய்துள்ளார். தாரா ஷுகோவிடமிருந்த அதே கொலைகாரக் குணம் ஔரங்கசீப்பிடமும் இருந்தாலும், தில்லியின் நான்கு வாயில்களில் அவரது உடலை நான்கு கூறுகளாக வெட்டித் தொங்க விடாமல் கௌரவமாக ஹுமாயூன் கல்லறைக்கு அருகிலேயே புதைத்தார்.

• • •

வலுவான சில முகலாய முன்மாதிரிகளைப் பின்பற்றி தாரா ஷுகோ உள்ளிட்ட தனது சகோதரர்களின் ஆதரவாளர்கள் சிலரிடம் மென்மையான போக்கைக் கடைப்பிடித்ததுடன் பல சலுகைகளையும் வழங்கினார். எந்த வகையான பழிவாங்கும் போக்கையும் காட்டாமல், தனது ராணுவத்தில் பணியாற்றவும், ஆட்சியை நிர்வகிக்கவும், சகோதரர்களின் தளபதிகளுக்கும் அமைச்சர்களுக்கும் அழைப்பு விடுத்துச் சேர்த்துக் கொண்டார்.

குஜராத்தைச் சேர்ந்த சமணரான சாந்திதாஸ் என்னும் பெரும் பணக்காரரிடம் மூரத் வாங்கியிருந்த கடன் முழுவதையும் அடைத்தார். தாரா ஷுகோவின் இளைய மகனான சிஃபிர் ஷுகோவுக்குத் தனது மகள் ஜுபைதுன்னாஸாவைத் திருமணம் செய்து கொடுத்தார். அதேபோல் சுலைமான் ஷுகோவின் மகளுக்குத் தனது மகன் இளவரசன் அக்பரை மணமுடித்து வைத்தார்.

தாரா ஷுகோவின் நட்பு வட்டத்தில் இருந்த ஒரு சிலருக்கு மட்டும் இந்தக் கருணை வழங்கப்படவில்லை. குறிப்பாக அர்மீனிய யூதரான சர்மத் என்பவர் தாரா ஷுகோதான் பின்னாளில் சக்ரவர்த்தியாக அரியணை ஏறுவார் என்று ஆருடம் சொன்னதற்காக 1661இல் தூக்கிலிடப்பட்டார்.

தாரா ஷுகோவின் கலாசார வழக்கத்துக்கு ஔரங்கசீப் தடை விதித்தார். ஷாஜஹானின் அரண்மனையில் 1640 மற்றும் 1650களில் பல பத்தாண்டுகளாக தாரா ஷுகோ கணிசமான நேரத்தை மதம்,

இலக்கியம் மற்றும் ஆன்மிகப் பணிகளில் செலவழித்தார். ஐம்பது உபநிஷத்துகளை பாரசீகத்தில் மொழிபெயர்க்க பிராமணர்களின் குழுவை அமைத்தார். சமஸ்கிருத உபநிஷத்தின் இந்த மொழி பெயர்ப்பு பின்னாளில் பிரான்ஸ் வழியே ஐரோப்பா முழுவதும் பரவியது.

பிறகு, பஞ்சாபி ஆன்மிகத் தலைவரான பாபா லாலுடன் தத்துவ ஆலோசனைகளில் ஈடுபட்டார். இரு சமுத்திரங்களின் சங்கமம் (The Confluence of Two Oceans) என்ற தலைப்பில் பாரசீக மொழியில் தாரா ஷுகோ எழுதிய ஆய்வுரையில் இந்து மற்றும் இஸ்லாமிய மதங்களின் இலக்கு ஒன்றேதான் என்று நிறுவினார். இக்கட்டுரை பின்னர் சமுத்திர சங்கமா என்ற தலைப்பில் சமஸ்கிருதத்தில் மொழிபெயர்க்கப்பட்டது.

இந்து தத்துவங்களில் குறிப்பாக சமஸ்கிருதத்தில் தாரா ஷுகோவுக்குள்ள ஆர்வத்தை அறிந்து கொண்ட ஔரங்கசீப் முதல் வேலையாக இரு சமயங்களுக்கு இடையேயான நற்பணிகளுக்குத் தடை விதித்தார். குறிப்பாக ஷாஹஜானுக்கும் சமஸ்கிருத உலகுக்கும் இருந்த தொடர்பைத் துண்டிக்க காசியைச் சேர்ந்த கவிந்திராச்சார்ய சரஸ்வதி என்னும் பிராமண பண்டிதருக்கு அரசாங்கம் வழங்கிக் கொண்டிருந்த உதவித் தொகையை உடனடியாக நிறுத்தினார். இந்த உதவித் தொகையை மீண்டும் தொடர்ந்து வழங்க கவிந்திராச்சார்ய சரஸ்வதி பலமுறை ஔரங்கசீப்பை மன்றாடியும் அவர் மறுத்துவிட்டார். இச்செயல்களின் மூலம் தனது அண்ணனுக்கு இருந்த கலாசார ஆர்வம் தனக்குச் சிறிதும் இல்லை என்பதை உணர்த்தியதுடன் அவற்றிலிருந்து தன்னை முழுவதுமாக விலக்கிக் கொண்டார்.

. . .

ஔரங்கசீப் முடிசூட்டிக் கொண்ட அதே நேரம், நோய்வாய்ப் பட்டிருந்த ஷாஜஹானும் உடல் நலம் தேறி குணமடைந் திருந்தார். ஔரங்கசீப் அவரைச் சிறையில் அடைத்தார். ஆசையாகக் கட்டிய தாஜ் மகாலை ஜன்னல் வழியே மட்டும் பார்க்கும் வகையில் ஆக்ரா செங்கோட்டையில் ஷாஜஹான் சிறை வைக்கப்பட்டதாக மனம் போன போக்கில் சிலர் ஜோடித்தனர்.

தனது வாழ்நாளின் கடைசி ஏழரை ஆண்டுகளை, பெரும்பாலும் மூத்த மகள் ஜஹன்னாராவுடன் வீட்டுச் சிறையில்தான் அவர் கழித்தார். ஷாஜஹானின் பதவி நீக்கத்தையும் கைதையும் பலர் கண்டித்த நிலையில், சிறையில் அடைக்கப்பட்ட தந்தையின்

சோகம் ஆரம்ப கால ஆட்சியில் ஔரங்கசீப்பைக் கொஞ்சம் வருத்தப்படவே வைத்தது.

அதிகாரத்தைக் கைப்பற்றி அரியணையில் அமர சகோதரர்கள் தங்களுக்குள் சண்டையிட்டுக் கொள்வது முகலாய வழக்கம் என்றாலும், மன்னராக இருக்கும் தந்தையைப் பதவியிலிருந்து தூக்கி எறிவது ஏற்கத்தக்கது மட்டுமின்றி வெறுக்கத்தக்கதும் ஆகும். முகலாய சாம்ராஜ்யத்தின் முஸ்லிம் நீதிபதியாகக் கருதப் படும் முதன்மை காஜி இந்த நடவடிக்கையை வன்மையாகக் கண்டித்ததுடன், ஷாஜஹான் உயிருடன் இருக்கும் போதே ஔரங்கசீப் தனக்குத் தானே மன்னராக முடிசூட்டிக் கொண்டதை அங்கீகரிக்கவும் மறுத்துவிட்டார்.

ஆனால் ஔரங்கசீப் அதிகம் அலட்டிக் கொள்ளாமல் உடனடியாக அந்த முதன்மைக் காஜியைப் பதவியிலிருந்து நீக்கிவிட்டுத் தனக்குச் சாதகமாகவும் ஆதரவாகவும் உள்ள அப்துல் வகாப் என்பவரைப் புதிய முதன்மைக் காஜியாக நியமித்து விமர்சனங் களுக்கு முற்றுப்புள்ளி வைத்தார்.

இந்திய எல்லைகளைத் தாண்டி பல நாடுகளைச் சேர்ந்த முக்கியஸ்தர்களும் ஷாஜஹானைச் சிறையில் அடைத்த ஔரங்கசீப்பின் கொடுஞ்செயலைக் கண்டித்தனர். இந்துஸ் தானத்தின் உண்மையான அரசர் ஔரங்கசீப் என்று அங்கீகரிக்க மறுத்ததுடன் அவர் கொடுத்த பரிசுப் பொருள்களையும் மெக்காவின் ஷெரீஃப் திருப்பி அனுப்பினார். ‘உலகைக் கைப்பற்றியவர் (ஆலம்கீர்) என்ற பட்டம் சரியல்ல. நீங்கள் உண்மையில் கைப்பற்றியது உங்கள் தந்தையைத்தான் (பிடர் - கிரி)’ என்று ஔரங்கசீப்புக்கு எழுதிய கடிதத்தில் ஸஃபேவித் அரசர் ஷா சுலைமான் (1666-1694) கடுமையாக விமர்சித்துள்ளார்.

ஔரங்கசீப் அரியணை ஏறியதன் அடையாளமாக மிகக் கருணையோடு ஏராளமான வரிகளை (எண்பதுக்கும் அதிகம் என்பது சிலரது கருத்து) ரத்து செய்தார். இருப்பினும் தனது தந்தை ஷாஜஹானைப் பதவி நீக்கம் செய்தது பற்றிய கேள்விக்குப் பதிலளிக்கையில் ‘இல்லை’ என்று மறுத்ததோடு நிறுத்திக் கொண்டார். ஆனால் ஸஃபேவித் அரசர் ஷா சுலைமானின் குற்றச்சாட்டுக்குப் பதிலளிக்கையில் தந்தை (ஷாஜஹான்) தானாகவே பதவியை ராஜினாமா செய்துவிட்டு அவருக்குப் பதிலாக எனக்கு (ஔரங்கசீப்) மணிமுடி சூட்டி மன்னனாக்கினார் என்ற பொய்யான செய்தியைக் கூறினார்.

தனது தந்தையைச் சிறையிலடைத்து அவமதித்தது குறித்து ஔரங்கசீப் கடைசி வரை வருந்தவே இல்லை. ஏற்ற இறக்கத்துடன் கூடிய இந்தத் தொடக்கம் ஔரங்கசீப் ஆட்சி முழுவதும் எதிரொலித்ததுடன் அவரது இறை பக்தியை எவ்வாறு வடிவமைத்தது என்பதையும் பார்ப்போம். ஔரங்கசீப்பின் நீதி பரிபாலன அர்ப்பணிப்பின் முக்கியப் பண்பைக், குறிப்பாக வரம்புக்கு உட்பட்ட லட்சியத்தை, இந்த ஆரம்பத் தருணம் அடையாளம் காட்டியது. ஔரங்கசீப்பின் நீண்ட நெடிய ஆட்சியில் அவரது கொள்கைகளுக்கும் அரசியலுக்கும் இடையே நடைபெற்ற பல்வேறு மோதல்களில், கொள்கைகள் மிக அரிதாகவே வெற்றி பெற்றன.

அனைத்தையும் மீறி 1707இல் இறக்கும்வரை, சுமார் 49 வருடங்கள் முகலாய சாம்ராஜ்யத்தை ஆண்டார் ஔரங்கசீப். எல்லா முகலாயர்களைப் போலவே அவரும் அவ்வப்போது பல புரட்சிகளைச் சந்தித்தாலும், அவற்றை லாகவமாக எதிர் கொள்ளும் மன்னராகவே விளங்கினார்.

3

ஔரங்கசீப் சாம்ராஜ்யம்

விரிவாக்கமும் நீதியும்

பெரிய வெற்றியாளர்கள் எல்லோருமே பெரிய மன்னர்களாக விளங்கியதில்லை என்பதை உங்களுக்கு நினைவூட்ட விரும்புகிறேன். இந்தப் பூமியிலுள்ள நாடுகள் பெரும்பாலும் நாகரிகமற்ற காட்டுமிராண்டிகளால் அடிமைப்படுத்தப் பட்டுள்ளன என்பதுடன் இது போன்ற பிரம்மாண்ட வெற்றிகள், அடுத்த சில ஆண்டுகளிலேயே, துண்டுகளாகச் சிதறியுள்ளன. தனது குடிமக்களைச் சமமாக நடத்த வேண்டும் என்பதை வாழ்வின் முக்கிய நோக்கமாகக் கொண்ட மன்னன்தான் உண்மையிலேயே பெரிய மன்னன்.

– ஷாஜஹானைப் பதவியிலிருந்து நீக்கிய பிறகு
அவருக்கு ஔரங்கசீப் எழுதிய கடிதம்.

செல்வமும் செல்வாக்கும் வளமும் விரிந்து கொண்டிருக்கும் பிரம்மாண்ட சாம்ராஜ்யம் பரம்பரைச் சொத்தாக ஔரங்கசீப்பிடம் வந்து சேர்ந்தது. முகலாய சாம்ராஜ்யத்தின் வருவாய் தந்தை ஷாஜஹானின் ஆட்சிக் காலம் தொட்டே அதிக அளவில் குவியத் தொடங்கியிருந்தது. கலை நயம் மிக்க கட்டடங்களில் ஷாஜஹானுக்கு அலாதி ஆர்வம் இருந்ததால், ஆக்ராவில் தாஜ் மஹால் மற்றும் தில்லியில் ஷாஜஹானாபாத் ஆகியவற்றின் கட்டுமானப் பணிகளுக்குத் தாராளமாக நிதி உதவியை வாரி வழங்கினார். ஆனால் ஔரங்கசீப்பின் ஆர்வம் சாம்ராஜ்ய எல்லைகளை விரிவுபடுத்துவதில்தான் இருந்தது.

1700ல் முகலாய சாம்ராஜ்யம்

ஔரங்கசீப் தனது ஆட்சிக் காலம் முழுவதும் புரட்சிகளை ஒடுக்குவதிலும், எல்லைகளை விரிவுபடுத்த ரத்த வெறி பிடித்த மிருகம்போல் ஈவு இரக்கமின்றி எதிரிகளை வேட்டையாடு வதிலும்தான் கழித்தார். முகலாய எல்லைகளை விரிவுபடுத்தவும் வலுப்படுத்தவும் தனது ஆட்சியின் சரி பாதி காலத்தில் (1658-81) ராஜ தந்திரத்தைக் கையாண்ட அதே தருணம், எதிரிகளைப் பணிய வைக்கப் படை பலத்தைப் பயன்படுத்தவும் அவர் தயங்கவில்லை.

உதாரணத்துக்கு 1660களில் முகலாய அரசுக்கு அச்சுறுத்தலாக இருந்த மராட்டிய அரசை நடுநிலைப்படுத்தும் வகையில் அதன் மன்னர் சிவாஜியை ஈர்க்கப் பல வழிகளைப் பயன்படுத்தினார். ஔரங்கசீப்பின் முயற்சிகள் தோற்றதால், மராட்டியர்கள் மீது அடக்குமுறையைக் கட்டவிழ்த்தார். இருப்பினும் வாழ்நாள் முழுவதும் அவருக்குப் பெரிய அளவில் எந்த வெற்றியும் கிடைக்கவில்லை. முகலாயர்களின் பிடியிலிருந்து சிவாஜி தப்பிச் சென்றவுடன் அவருக்கு உதவியதாகச் சந்தேகப்பட்ட அனைவரையும் கொன்று குவித்தார். அப்போதும் ஆத்திரம் அடங்காததால், காசி மற்றும் மதுராவில் உள்ள கோயில்களை இடித்துத் தரை மட்டமாக்கித் தனது கோபத்தைத் தணித்துக் கொண்டார்.

ஆட்சியின் முதல் பாதியில் முகலாய சாம்ராஜ்யத்துக்கு எதிரான பல ஆயுதப் போராட்டங்களை எதிர்கொண்ட ஔரங்கசீப் எதிரிகள் மீது கொஞ்சம் கூடக் கருணை காட்டவில்லை. முகலாயர்களுக்கு எதிராகப் போர் தொடுத்த சீக்கிய குரு தேஜ் பகதூருக்கு 1675இல் மரண தண்டனை விதிக்கப்பட்டது.

1670இல் அரசுக்கு எதிராக ஆயுதம் ஏந்திய ராஜபுத்திர வீரர்களான ரத்தோர் மற்றும் சிசோடியா ஆகியோரை ராணுவத்தைப் பயன்படுத்தி மிரட்டி முகலாய சாம்ராஜ்யத்துடன் இணக்கமாகச் செல்லுமாறு பணிய வைத்தார். முகலாய அரசுக்கு எதிராகச் செயல்பட்ட குடும்ப உறுப்பினர்களைக் கூட அவர் விட்டு வைக்க வில்லை. உதாரணத்துக்கு ஔரங்கசீப்பின் மகன் அக்பர் 1681இல் புரட்சி செய்த காரணத்துக்காக தக்காணத்துக்கு விரட்டி அடிக்கப் பட்டார். அப்பாவின் கோபத்திலிருந்து தப்பிக்க அங்கிருந்து ஈரானுக்குச் சென்று 1704இல் மரணமடைந்தார்.

. . .

தக்காணத்திலிருந்து நிர்வகிக்க 1681இல் அரசவை முழுவதையும் தெற்குக்கு மாற்றும் எதிர்பாராத முடிவை ஔரங்கசீப் எடுத்தார்.

ஔரங்கசீப்பின் கொள்ளுத் தாத்தா அக்பர் காலம் தொட்டே தக்காணத்தின் மீது முகலாயர்கள் அதிகாரம் செலுத்தி வந்துள்ளனர். சில சக்ரவர்த்திகள் தென் பகுதிகளில் ஊடுருவினாலும், தக்காணத்தைத் தாண்டி இன்னும் ஆழமாக ஊடுருவி, முகலாய சாம்ராஜ்யத்தை நன்கு விரிவுபடுத்திய முதல் சக்ரவர்த்தி ஔரங்கசீப் மட்டுமே.

ஔரங்கசீப் தனது ஆட்சியின் இரண்டாம் பகுதி முழுவதும் (1681-1707) தெற்கிலேயே தங்கி முகலாய சாம்ராஜ்யத்தை பிரம்மாண்டமாக விரிவுபடுத்தினார். 1680களில் பீஜாபூர் மற்றும் கோல்கொண்டா அரசுகளை முற்றுகையிட்டு அவற்றின் சுல்தான்களை மண்டியிட வைத்தார். 1690 மற்றும் 1700களில் தமிழகம் வரை ஊடுருவி, முகலாயர்களின் ஆளுமையைத் தடுத்த மராட்டியர்களின் கட்டுப்பாட்டில் இருந்த எண்ணற்ற மலைக் கோட்டைகளைக் கைப்பற்றினார். 1707இல் ஔரங்கசீப் இறந்தபோது முகலாய சாம்ராஜ்யத்தின் மொத்த மக்கள் தொகை சமகால ஐரோப்பிய மக்கள் தொகையை விடவும் இரு மடங்கு அதிகம் என்பதுடன் அவர்களது கட்டுப்பாட்டில் இருந்த நிலப்பரப்பின் அளவும் உச்சத்தைத் தொட்டது.

போர் மற்றும் அதிகாரத்தின் மீது ஔரங்கசீப்புக்கு இருந்த வெறி அவரது முன்னோர்களுக்குச் சற்றும் குறைவானதல்ல என்றாலும், குறிப்பிடத்தக்க நோக்கத்தையும் வெற்றியையும் ஔரங்கசீப் வெளிப்படுத்தினார். ஒருங்கிணைந்த முகலாய சாம்ராஜ்யத்தைத் தூக்கி நிறுத்தும் அழுத்தமும், எல்லைகளை விரிவுபடுத்தும் பொறுப்பும், ஔரங்கசீப்பின் தோள்களிலேயே விழுந்ததால், அவை அவரது ராணுவ முனைவுகளை முரட்டுத்தனமாக்கின.

ஆனால் முகலாய சாம்ராஜ்யத்தின் சிம்மாசனத்தில் அமர்வதற்கு, ரத்தம் சிந்துவது, விரிந்து கொண்டே இருக்கும் எல்லைக் கோடுகளை வரைபடத்தில் வரைவது ஆகியவற்றைத் தாண்டி நிச்சயம் ஏதோ உள்ளது. ஔரங்கசீப்பைப் பொருத்தவரை பூமியின் மீதுள்ள அதிகார வெறியைத் தாண்டி நீதி வழங்குவதில் ஆர்வமும் கூடவே இருந்தது.

. . .

எல்லைகளை விரிவுபடுத்தி அதிகாரம் செலுத்துவதை விடவும் நீதி, நேர்மை, தர்மத்துடன் ஆட்சி செய்வதே உயர்ந்தது என்று முகலாய சாம்ராஜ்யத்தின் சக்ரவர்த்தி ஔரங்கசீப் சில தருணங்களில் கருதியிருப்பது ஆச்சர்யம் தருகிறது. தக்காணத்துக்கும்

வங்காளத்துக்கும் படைகளை அனுப்புவதால் எந்தப் பயனும் இல்லை எனப் பதவியிலிருந்து தூக்கி எறியப்பட்ட ஷாஜஹான், புதிதாக முடிசூட்டிக் கொண்ட தனது மகன் ஔரங்கசீப்பின் செயலைக் கண்டித்தார். திறமையான வெற்றியாளர்கள், நிர்வாகத்துக்கு மட்டுமே முன்னுரிமை அளிக்கும் திறமையான ஆட்சியாளர்களாக எப்போதுமே இருக்கமுடியாது என்ற தந்தையின் குற்றச்சாட்டுக்கு ஔரங்கசீப் பதிலடி கொடுத்தார்.

ஔரங்கசீப் வெளிப்படுத்திய நீதி பரிபாலன பக்திக்குக் கிடைத்த கணிசமான ஆதரவு சமகாலத்தில் வாழ்ந்தவர்களின் குறிப்புகளில் நன்கு புலப்படுகிறது. உதாரணத்துக்கு, ஔரங்கசீப் மீது அதிக ஆர்வமில்லாத இத்தாலியப் பயண எழுத்தாளர் நிக்கோலி மனூஸ்ஸி கூறுகிறார். 'எப்போதும் சோக மனோபாவத்துடன் காணப்படும் ஔரங்கசீப், நீதி வழங்க வேண்டும், சரியான முடிவை எடுக்க வேண்டும் என்ற விருப்பத்துடன் பரபரப்பாகவே இருப்பார்.' 1663இல் ஈஸ்வரதாஸ் என்ற இந்து சோதிடர், ஔரங்கசீப் பற்றி சமஸ்கிருதத்தில் எழுதிய தனது நூலில், அவரைத் தர்மவான் (தர்மய்யா) என்றும் அவரது வரிக் கொள்கைகள் சட்டத்துக்கு உட்பட்டவை, முறையானவை என்று குறிப்பிட்டுள்ளார்.

ஔரங்கசீப்பின் இறையாண்மை நெறிமுறைகள் நீதியின் மீது அவருக்கிருந்த உறுதியான நம்பிக்கையை அடிப்படையாகக் கொண்டிருந்தன. என்றாலும் அரசியல் தந்திரங்களையும் அதிகார வெறியையும் அவர் குறைத்துக்கொள்ளவில்லை. இந்துஸ்தானத்தின் சிம்மாசனத்தைக் கைப்பற்றச் சகோதரர்களைத் துவம்சம் செய்தது, இந்துக் கோயில்களை இடித்தது தொடங்கி சூஃபி மசூதியில் அவரது உடல் நல்லடக்கம் ஆனது வரை ஔரங்கசீப்பின் வாழ்வையும் ஆட்சியையும் புரிந்துகொள்ள வேண்டுமானால் அவர் தன்னைப் பற்றி கொண்டிருந்த எண்ணங்களை நாம் மறுகட்டுமானம் செய்யவேண்டும். குறிப்பாக, செயலூக்கம் கொண்ட ஒரு தலைவராகவும் அனைவரும் ஏற்றுக் கொள்ளும் ஒரு மன்னராகவும் இருப்பது குறித்தும் அவர் என்ன நினைத்தார் என்பதைத் தெரிந்துகொள்ளவேண்டும்.

அவ்வாறு பார்க்கும்போது, தந்தையைப் பதவியிலிருந்து தூக்கி எறிந்தது, தக்காணத்தில் முஸ்லிம் ராஜ்யங்களுக்கு எதிராகக் கடுமையாகப் போர் தொடுத்தது என தர்மம், நீதி தொடர்பான தனது கொள்கைகளுக்கு எதிராகவே அவர் செயல்பட்டிருக்கிறார்

என்பது தெரிகிறது. நடைமுறை அரசியலை மனதில் கொண்டு அமைந்திருந்த அவரது செய்கைகள் அவரைத் தொந்தரவுக்கு உள்ளாக்கியிருக்கின்றன.

பிரம்மாண்ட முகலாயப் பாரம்பரியத்தின் வாரிசு

> இந்துஸ்தான் ராஜ்யத்தில் இந்த ரொட்டித் துண்டு (அதாவது முகலாய சாம்ராஜ்யம்) மாட்சிமை மிக்கவர்களான தைமூர் மற்றும் அக்பர் ஆகியோரின் தாராளப் பரிசாகும்.
>
> – ஔரங்கசீப் தனது பேரன் பிடர் பக்த்துக்கு எழுதிய கடிதம்

பெருமைமிக்க முகலாயத்தின் பரம்பரைச் சொத்தாக சாம்ராஜ்யத்தை மட்டுமின்றிச் சிறப்பான முன் மாதிரிகளையும், வல்லமை மிக்க பொறுப்புகளையும் ஔரங்கசீப் பெற்றார். சக்ரவர்த்தியாக எப்படி இருக்க வேண்டும் என்பதற்குத் தனது முன்னோர்களின் பெயர்களை முக்கிய உதாரணங்களாகத் தனது எழுத்துக்களில் பதிவு செய்தார். தனது வாழ்க்கையின் கடைசி கட்டத்தில் பேரன்களில் ஒருவனுக்கு ஔரங்கசீப் எழுதிய கடிதத்தில் முகலாய சாம்ராஜ்யம் தைமூர் மற்றும் அக்பர் ஆகியோரின் பரிசு என்றும் அதன் பெருமையைப் பாதுகாக்க வேண்டியது அடுத்தடுத்து வரும் தலைமுறைகளின் கடமை என்றும் எழுதினார்.

தனது மூதாதையர்கள் மூலம் விரிவான மற்றும் பல வகையான முகலாயக் கலாசார மற்றும் சமூக நடைமுறைகளுக்கு ஔரங்கசீப் வாரிசானார். பல பத்தாண்டுகளாக முகலாய மன்னர்கள் பிரம்மாண்டமான, கலைநயம் மிக்க கட்டுமானங்களை உருவாக்கியதுடன், கவிஞர்களையும் அறிஞர்களையும் ஓவியர் களையும் கைவினைக் கலைஞர்களையும் ஆதரித்து வந்தனர். ஏராளமான ஓலைச் சுவடிகளைக் கொண்ட நூலகங்களை அமைத்து, அரசவைச் சடங்குகளையும், சம்பிரதாயங்களையும் கடைப்பிடித்தனர்.

ஔரங்கசீப் பெரும்பாலான கலைநயம் மிக்க, அறிவுசார் மற்றும் கட்டடக் கலை நுணுக்கங்களை நிலைத்திருக்கச் செய்தார் என்றாலும், சிலவற்றை நிராகரித்தார். இன்னும் சிலவற்றில் மாற்றங்களை ஏற்படுத்தினார். அவர் முகலாய பாரம்பரியப் பழக்க

வழக்கங்களிலிருந்து முற்றிலுமாக விலகவில்லை, மாறாகத் தனக்குப் பிடித்தமான, வித்தியாசமான வகையில் மரபைச் சுத்திகரித்தார்.

. . .

ஆரம்பத்தில் ஔரங்கசீப்பின் கலாசார மற்றும் அரசவை நடவடிக்கைகள் அனைத்தும் ஷாஜஹான் மற்றும் முந்தைய முகலாய மன்னர்களின் அடியொற்றியே நடைபெற்றன. உதாரணத்துக்கு முதல் மனைவி தில்ராஸ் பானு பேகம் ஐந்தாவது குழந்தையைப் பிரசவிக்கும் போது ஏற்பட்ட சிக்கல்களால் 1657இல் இறந்த போது நினைவுச் சின்னமாகக் கல்லறையைக் கட்டினார்.

ஷாஜஹான் எழுப்பிய தாஜ்மஹாலைப் போன்ற தோற்றத்துடன், ஆனால் அதில் பாதி அளவிலான வடிவில் தான் கட்டிய வெள்ளைக் கல்லறைக்குப் 'பிபி கா மக்பாரா' (ராணியின் கல்லறை) என்று ஔரங்கசீப் பெயரிட்டார். 'ஏழைகளின் தாஜ் மஹால்' என்று ஏளனமாக அழைக்கப்படும் இக்கல்லறையைக் கட்டப் பளிங்குக் கற்களுக்குக் பதிலாக ஔரங்கசீப் சாதாரண ஒளிரும் சுவர்ப் பூச்சு சாந்தைப் பயன்படுத்தியது அவரது மனைவியை கௌரவிப்பதாக அமையவில்லை.

முகலாய சாம்ராஜ்யத்தின் நடைமுறைகளைக் கடன் வாங்கியும் இந்துக்களின் பழக்க வழக்கங்களைப் பெற்றும், ஔரங்கசீப் தான் ஆட்சியிலிருந்த முதல் பத்தாண்டுகள் தீவிரமாகக் கடைப் பிடித்தார். மாட்சிமைக்குரிய திருமுகம் நல்ல சகுனமாகக் கருதப் பட்டதால், தனது குடிமக்களுக்கு ஜரோகா அரண்மனை பலகணி வழியாகத் தினசரி தரிசனம் தருவதை வழக்கமாகக் கொண்டிருந்தார். தனது சூரிய மற்றும் சந்திர பிறந்தநாள்களில், பொது மக்கள் முன்னிலையில் துலாபாரத்தில் எடைக்கு எடை தங்கத்தாலும் வெள்ளியாலும் தன்னை நிறுத்தி, அவற்றை ஏழைகளுக்குத் தானமாக வழங்கினார். இந்தத் துலாபாரம் நிகழ்வு இந்துக்களின் சடங்கு என்றாலும், அக்பர் காலந்தொட்டே முகலாயர்கள் இதைக் கடைப்பிடித்து வந்துள்ளனர்.

மிகச் சிறந்த முறையில் இந்து மதத் தலைவர்களுடன் ஔரங்கசீப் தனிப்பட்ட தொடர்புகளைப் பேணினார். உதாரணத்துக்கு 1661இல் மகந்த் அனந்த் நாக்-குக்கு எழுதிய கடிதத்தில் யோகியிடமிருந்து மருந்து பெற்றுத் தருமாறு கோரியிருந்தார். இதைத் தொடர்ந்து 1660களில் பஞ்சாப் கிராமத்திலுள்ள அனந்த்

நாக்-குக்கு இருந்த நிலபுலன்களின் அளவுகளை அதிகரித்தார். ஷாஜஹானுக்கும் இந்து மதத் துறவி ஜாத்ரூப்புக்கும் இடையேயான சந்திப்புகள் மற்றும் அக்பருக்கும் அவரிடமிருந்து நிலங்களை மானியமாகப் பெற்ற மதுராவிலுள்ள வைஷ்ணவ சமூகத்துக்கும் இடையேயான நல்லுறவு ஆகியவற்றுடன் ஔரங்கசீப்பின் இச்செயல்களை ஒப்பிடலாம்.

தனது முகலாய மூதாதையர்களைப் போலவே ஔரங்கசீப்பும் கேளிக்கை கொண்டாட்டங்களில் ஆர்வம் செலுத்தினார். கோடைக் காலத்தில் காஷ்மீரிலுள்ள முகலாயர்களுக்குப் பிடித்தமான விளையாட்டு மைதானத்தில் முகாமிட்டு இசையை ரசித்தார். அவரது காலத்தில் வாழ்ந்த, ஆனால், அதிகம் அறியப்படாத பக்தாவர் கான் என்னும் வரலாற்று ஆசிரியர் மன்னருக்கு அபரிமித இசை ஞானம் உண்டு என்கிறார். 1666இல் ஃபகீருல்லா எழுதிய 'ராக் தர்பண்' என்னும் நூலில் ஔரங்கசீப்புக்குப் பிடித்தமான பாடகர்கள் மற்றும் வாத்தியக் கலைஞர்களைப் பட்டியலிட்டுள்ளார்.

• • •

முதல் பத்தாண்டுகளுடன் ஒப்பிடுகையில், ஔரங்கசீப் தனது இரண்டாவது பத்தாண்டு ஆட்சியில் அரசவை நடத்தை முறைகளில் பல மாற்றங்களைக் கொண்டு வந்தார். இந்து மத வேர்களுடன் கூடிய சில அரசவை சம்பிரதாயங்களுக்கு முற்றுப்புள்ளி வைத்ததுடன், இசை உள்ளிட்ட சில கலைகளுக்கு வழங்கப்பட்ட அரசு ஆதரவையும் திரும்பப் பெற்றுக் கொண்டார். அரசவை வரலாற்று ஆசிரியர் என்னும் பதவியை ரத்து செய்தார். இந்த மாற்றங்கள் ஔரங்கசீப் அரசவைச் சூழலை மட்டும் சற்றுக் கடுமையாக்கியது. முகலாய சாம்ராஜ்யத்தின் வேறு பகுதிகளில் எந்த மாற்றத்தையும் ஏற்படுத்தவில்லை.

முகலாய நூலகம் மற்றும் அதிகாரப்பூர்வ ஆவணங்களுக்கான அணுக்கத்தைப் பெற்றிருந்த முகமது காசிம் என்னும் வரலாற்று ஆசிரியரை 1668 வரை ஔரங்கசீப் முழுமையாக ஆதரித்தார். முகலாய மன்னர்கள் அதிகாரப்பூர்வ வரலாற்று ஆசிரியர்களைப் பெரும்பாலும் ஊதியத்துக்கு நியமிப்பதில்லை. பாபரும் ஜஹாங்கீரும் தங்களது வரலாற்றைத் தாங்களே எழுதி உள்ளனர். ஹுமாயுன் ஆட்சி குறித்த விவரங்கள் அவரது மறைவுக்குப் பிறகு எழுதப்பட்டன. ஆனால் முகலாய மன்னர்களுள் ஔரங்கசீப்புக்கு முன்னுதாரணமாக விளங்கிய இரு முக்கியஸ்தர்கள் அக்பரும்

ஷாஜஹானும் ஆவர். இவர்கள் இருவரும் வரலாற்று ஆசிரியர்களை சம்பளத்துக்கு வைத்திருந்தனர். இந்த முன்னுதாரணத்தை ஔரங்கசீப் உடைத்தெறிந்தார்.

‘ஆலம்கீர்நாமா’ என்ற தலைப்பில் முதல் பத்தாண்டு அரசாட்சியை உள்ளடக்கிய ஔரங்கசீப் ஆலம்கீர் வாழ்க்கை வரலாற்றை முகம்மது காசிம் எழுதி முடித்தார். அந்நூலை அவரிடமிருந்து வாங்கிய கையோடு அவர் அதுவரை செய்து கொண்டிருந்த பணியை நிறுத்தச் சொல்லிவிட்டு வேறு வேலைகளைக் கொடுத்தார்.

அரசவை வரலாற்று ஆசிரியர் மீது ஔரங்கசீப் ஏன் இதயத்தைக் கல்லாகிக் கொண்டு கடுமையாக நடந்து கொண்டார் என்பதற்குச் சான்றுகள் தெளிவாக இல்லை. அதிகாரப்பூர்வ வரலாற்றுப் பதிவை ஔரங்கசீப் ஏன் விரும்பவில்லை என்னும் புதிருக்குப் பல்வேறு அறிஞர்கள் தீர்வு காண முயன்றுள்ளனர். வெளிப்புற விஷயங்களுக்குப் பதிலாக ஒரு சிலருக்கு மட்டுமே புரியும் விஷயங்களில் கவனம் செலுத்தினால் போதுமென்ற முடிவுக்கு வந்திருக்கலாமென அனுமானித்தனர். மேலும் இறை நம்பிக்கை அற்ற விஷயங்களுக்கு நிதி உதவியை மறுக்கும் அளவுக்கு தீவிர பக்திமானாக இருந்திருக்க வேண்டும் அல்லது கஜானா காலியாகியிருக்க வேண்டும். ஆனால் அரசவையில் அடுத்தடுத்து நடைபெற்ற நிகழ்வுகள் இக்கருதுகோள்கள் சாத்தியமில்லை என்றே தெரிவிக்கின்றன.

இருப்பினும் ஔரங்கசீப் அரசவையின் ஆஸ்தான வரலாற்று ஆசிரியர் என்ற பொறுப்பில் யாரையும் நியமிக்கவில்லை. அதே சமயம், பின்னாளில் கால வாரியாக எழுதப்பட்ட குறிப்புகளின் அடிப்படையில் இருபதாம் நூற்றாண்டு அறிஞர்கள் சிலர் தவறாகப் புரிந்து கொண்டதைப்போல், வரலாற்றுப் பதிவுகளுக்கு அவர் எந்தத் தடையும் விதிக்கவில்லை. ஔரங்கசீப் காலத்திலும், அவரது மறைவுக்குப் பின்னரும், எண்ணற்ற முகலாய அதிகாரிகள் பாரசீக மொழியில் எழுதிய பல வரலாற்றுக் குறிப்புகள் இன்றைக்கும் நமக்குக் கிடைக்கின்றன.

1660களின் பிற்பகுதியில் அரசவை நெறிமுறைகளில் பல திருத்தங்களை ஔரங்கசீப் அறிமுகப்படுத்தினார். 1669 தொடங்கி அரண்மனை பலகணியிலிருந்து பொது மக்களுக்குத் தினசரி தரிசனம் தரும் வழக்கத்துக்கு முற்றுப்புள்ளி வைத்தார். அதே தருணம் தனது பிறந்த நாளின் போது அவரது எடைக்கு நிகராகத்

தங்கத்திலும், வெள்ளியிலும் துலாபாரத்தில் நிறுத்தும் வழக்கத்துக்கும் தடை விதித்தார். அரசு விழாக்களில் நீண்ட காலமாக இடம்பெற்ற இசை நிகழ்ச்சிகளை ரத்து செய்து இசைக் கலைஞர்களுக்கும் பாடகர்களுக்கும் வேறு பணிகளை (அதிக ஊதியத்துடன்) ஒதுக்கினார்.

ஆட்சி நிபுணத்துவத்தில் ஔரங்கசீப்புக்கு இருந்த ஆர்வம் காரணமாக சில மாற்றங்களை அவர் ஏற்படுத்தியிருக்கலாம். உதாரணத்துக்கு ஜரோகா சாளரம் வழியான தினசரி பொது மக்கள் தரிசனத்தை நிறுத்தியதால் அவ்வப்போது ஏற்படும் ராஜாங்க அமைதியின்மை நிகழாமல் பார்த்துக் கொண்டார். 1657இல் ஷாஜஹான் நோயில் படுத்தபோது அவரது அன்றாட பொது தரிசனம் நிகழ்வு தடைப்பட்டது. திடீரென அவர் காணாமல் போனதால், தினசரி அவரது முகத்தைப் பார்த்துப் பழக்கப்பட்ட மக்களிடையே சலசலப்பை ஏற்படுத்தியது. அவர் நோயில் படுத்தது பத்து நாள்கள் மட்டுமே என்றாலும் சிம்மாசனத்தில் அமர முகலாய இளவரசர்களுக்கு இடையே வாரிசு உரிமை மோதலுக்கு இதுவே காரணமானது.

அந்தப் பத்தாண்டு ஆட்சியில் ஔரங்கசீப் ஏற்படுத்திய மாற்றங்கள் அனைத்தையும் விவேகமான கொள்கைகள் என்ற முடிவுக்கும் வர இயலாது. உதாரணத்துக்கு இசைக்கு எதிரான அவரது தடை உத்தரவு நடைமுறை நன்மை எதையும் விளைவிக்காததால், அது அவரது தனிப்பட்ட வெறுப்பினால் உருவானதாகவே கருதப் படுகிறது.

அதேபோல் தொடக்கத்தில் தனது எடைக்கு எடை தங்கம், வெள்ளி உள்ளிட்ட விலை உயர்ந்த உலோகங்களால் நிறுத்தப்படும் வழக்கத்தை ரத்து செய்தார் என்றாலும், அடுத்த பத்தாண்டுகளில் தனது மனத்தை மாற்றிக் கொண்டார். தனது வாழ்வின் பிற்பகுதியில் எடைக்கு எடை தங்கம், வெள்ளியால் நிறுத்தப்படும் உரிமையைத் தனது பேரன் பிடர் பக்துக்குப் பரிந்துரைத்தார் என்றும், தானே அப்பணியை மீண்டும் மேற்கொண்டார் என்றும் ஐரோப்பியப் பயண எழுத்தாளர் ஜான் ஓவிங்டன் 1690இல் கூறியுள்ளார்.

இசையைப் பொருத்தவரை அதற்கு விதித்த தடையை நீக்கவில்லை என்றாலும் பின்னாளில் தனது மகனுக்கு எழுதிய கடிதத்தில் இசை அரசவை மரபுகளில் ஒன்றென அறிவுறுத்திய தாகத் தெரிகிறது. 1699இல் ஔரங்கசீப் எடுத்த ஒருங்கிணைந்த

அதிரடி முடிவுகளால் ஒரேயொரு விளைவு மட்டுமே ஏற்பட்டது. அதாவது, முகலாய கலாசாரத்தின் பல்வேறு சிறப்புமிக்க அம்சங்களுக்கு, இன்னும் குறிப்பாக இந்து மத வேர்களுடன் கூடிய அரசவை நடவடிக்கைகளுக்கு முற்றிலுமாகத் தடை விதித்தார்.

ஔரங்கசீப்பின் புதிய கொள்கைகளின் தொடர்ச்சியாக இன்னொரு நிகழ்வு கண்களுக்குப் புலப்படாமலேயே நடந்தது. அவரது மகன்கள் மற்றும் அரச குடும்ப உறுப்பினர்களின் அரசவைக்குக் கலைஞர்களின் திறமை பரவியது. உதாரணத்துக்கு ஔரங்கசீப் இசையிலிருந்து விலகியே இருந்தாலும், அவரது மகன்களில் சிலர் இசைக் கலைஞர்களையும் இசைக் கட்டுரைகளையும் ஆர்வத்துடன் ஊக்குவித்தனர். ஔரங்கசீப்புக்கு முந்தைய 500 வருட இந்திய வரலாற்றில் எழுதப்பட்டதை விடவும் ஔரங்கசீப் ஆட்சிக் காலத்தில் இந்தோ-பாரசீக எழுத்தாளர்கள் ஏராளமான குறிப்புகளை தந்துள்ளனர் என்கிறார் கேதரீன் ஸ்கோஃபீல்ட். இசையைப் போலவே ஓவியங்களும் ஊக்குவிக்கப்பட்டன.

1660களுக்குப் பிறகு ஔரங்கசீப் ஓவியர்களுக்கு நிதி உதவி வழங்குவதை நிறுத்திவிட்டார் என்று சூழ்நிலை ஆதாரங்கள் தெரிவித்தாலும், வயதான தோற்றத்தில் சக்ரவர்த்தியின் ஏராளமான ஓவியங்கள் இன்றைக்கும் நமக்குக் கிடைக்கின்றன. அனுபவமும் பக்குவமும் முதிர்ந்த நிலையில் வயதான ஔரங்கசீப்பின் உருவப் படங்கள் முகலாய ஓவியப் பாரம் பரியங்களைப் பாதுகாத்த சமஸ்தானங்களில் காணப்படுகின்றன. இதே காலகட்டத்தில் பாரசீகப் பாடல்களும் செழித்து வளர்ந்தன. மக்ஃபி என்ற புனைப் பெயரில் சிறந்த கவிதாயினியாக விளங்கிய ஔரங்கசீப்பின் சொந்த மகள் ஜெப்புன்னீஸா பல பாடல்களை எழுதியுள்ளார்.

சமஸ்கிருத அறிஞர்களுக்கு ஔரங்கசீப் தனது ஆதரவையும் உதவியையும் விலக்கிக் கொண்ட நிலையில், சாம்ராஜ்யத்துக்கு உட்பட்ட சில அரசுகள் பண்டிதர்களுக்கு நேசக் கரம் நீட்டின. உதாரணத்துக்கு 1650களில் ஔரங்கசீப் உத்தரவின்படி கவிந்த்ராச் சார்யாவுக்கு சாம்ராஜ்யத்தின் உதவித் தொகை நிறுத்தப்பட்ட பின்னர், முகலாய அரச குடும்பத்தைச் சேர்ந்த தனிஷ்மண்ட் கான் அவையில் அவருக்கு வேலை கிடைத்தது. பிறகு அவர் பிரான்ஸ் நாட்டுப் பயண எழுத்தாளர் ஃப்ரான்கோயிஸ் பெர்னியருக்கும் உதவி செய்தார். ஔரங்கசீப்பின் தாய் மாமன் ஷயஸ்டா கான்

பல்லக்கில் பேரரசர் ஔரங்கசீப்

(Painting by Bhavanidas, c. 1705–20. Metropolitan Museum of Art, New York, Louis V. Bell Fund, 2003, 2003.430.)

சமஸ்கிருத பண்டிதர்களுக்கு ஆதரவளித்ததுடன், சமஸ்கிருதம் தொடர்பான திட்டங்களுக்கும் தேவையான உதவிகளை வழங்கினார்.

வங்காளத்தின் ஆளுநராக இருந்தபோது அக்பர் காலத்தில் பாரசீகத்தில் மொழிபெயர்க்கப்பட்ட மகாபாரத நூலுக்கான உள்ளடக்கத்தை எழுத பசந்த் ராய் என்பவரை நியமித்தார். ஷயஸ்டா கான் சமஸ்கிருதத்தில் எழுதிய கவிதைகள் இன்றைக்கும் ராஸகல்பத்ருமாவில் (அழகியல் உணர்ச்சியின் விருப்பங்களை நிறைவேற்றும் மரம்) பாதுகாப்பாக உள்ளன. சமஸ்கிருதப் புலவர்களும் தங்கள் பங்குக்கு ஔரங்கசீப்பைப் பாராட்டத் தவறவில்லை. குஜராத்தி பெண்கள் ஆடும் களியாட்டங்கள் தொடர்பாக தேவதத்தர் எழுதிய குஜரிஷடகம் என்னும் நூலின் தொடக்கத்தில் ஔரங்கசீப் மற்றும் அவரது மகன் அஜம் ஷா பற்றிக் குறிப்பிட்டுள்ளார்.

• • •

1669க்குப் பிறகு ஔரங்கசீப்பின் அரசவையில் சில அம்சங்கள் உற்சாகம் குறைந்தே காணப்பட்டன. இருப்பினும் பல விஷயங்கள், அரசவை பாரம்பரியங்கள் மற்றும் அரசு ஆதரவு உள்பட, ஷாஜஹானின் ஆட்சியில் முகலாய கலாசாரத்துடன் தொடர்வதைக் குறித்தன. ஔரங்கசீப் அரசவையின் விரிவான நடைமுறைகள், கடுமையான விதிமுறைகள் மற்றும் ஒழுங்குக் கட்டுப்பாடுகளால் நிர்வகிக்கப்படுவதாக ஐரோப்பியப் பயண எழுத்தாளர்கள் விவரித்துள்ளனர்.

சக்ரவர்த்தி சற்று உயர்வான தளத்தில் அமர்ந்து கொள்வார். தில்லியில் உள்ள மயிலாசனம், மதிப்பிட மற்றும் எண்ண முடியாத அளவுக்கு வைரங்களாலும், வைடூரியங்களாலும் அலங்கரிக்கப் பட்டிருக்கும். பட்டுத் துணியாலான ஆடைகள் மற்றும் தங்கம், முத்து, விலை உயர்ந்த கற்கள் பதிக்கப்பட்ட தலைப்பாகை ஆகியவற்றை அணிந்து கொண்டு தர்பார் மண்டபத்தில் சக்ரவர்த்தி கொலு வீற்றிருப்பார்.

அரச குடும்பத்தினர் மற்றும் ராஜாங்க உயர் அதிகாரிகளுக்கான இருக்கைகள், பதவி அந்தஸ்துக்கேற்ப முகலாயப் படிநிலை அல்லது வரிசைமுறைப்படி அமைந்திருக்கும். தரைகளுக்கான உயர் ரக கம்பள விரிப்புகளும், சுவர்களுக்கான வண்ண வண்ணச் சீலைகளும் கண்களுக்கு விருந்தாக அமையும். ஔரங்சீப்பின் இசைத் தடைக்குத் தப்பித்த அரசவை பேண்ட் வாத்தியக் குழு

(நௌபத்) எந்நேரமும் தயார் நிலையில் இருக்கும். ஜொலிக்கும் ஆடம்பர மற்றும் அலங்காரச் சூழலில் ஔரங்கசீப் பரிசுகளைப் பெற்றும், வழங்கிக் கொண்டும், விருந்தினர்கள் மற்றும் ராஜாங்க உயர் அதிகாரிகளை வரவேற்றும், உபசரித்தும், தனது அன்றாட அரசு அலுவல்களைக் கவனித்து வந்தார்.

முந்தைய முகலாய கலாசாரத்தின்படி காத்துக் கொண்டிருந்த சில பெரிய அரசு திட்டங்கள் 1670களில் நடைமுறைக்கு வந்தாலும் அவை ஔரங்கசீப்பின் விருப்பத்துக்கு ஏற்பத் தனி முத்திரையுடன் காணப்பட்டன. உதாரணத்துக்கு ஹனாஃபி சட்டத் தீர்ப்புகளின் தொகுப்பான ஃபத்வா-இ-ஆலம்கிரி என்னும் அறிவுசார் திட்டத்தை முஸ்லிம் அறிஞர்கள் எட்டாண்டு காலம் கடுமையாக உழைத்து எழுதி முடித்தனர். உரத்த குரலில் இதன் தொகுப்பு படித்துக் காட்டப்பட்ட போது ஔரங்கசீப் சில திருத்தங்களைக் கூறினார். முதலில் அரபு மொழியிலும், பின்னர் பாரசீகத்திலும் மொழிபெயர்க்கப்பட்ட இந்த நூலை அடிப்படையாகக் கொண்டு நீதிபதிகள் தங்கள் தீர்ப்புகளை வழங்கினர்.

இந்நூலில் காணப்படும் மத அடிப்படையிலான கருத்துகள் ஔரங்கசீப்பின் இஸ்லாமிய பக்தியைப் பிரதிபலித்தன. நீதியின் மீது அவருக்கு இருந்த தீவிர ஈடுபாடே தெளிவான சட்ட விதிகளை உருவாக்கத் தூண்டுகோலாக அமைந்தது. பல்வேறு அறிவார்ந்த திட்டங்களுக்கான விரிவான முகலாய உறுதிப்பாடு அக்பர் தொடங்கி ஔரங்கசீப் வரை தங்கு தடையின்றித் தொடர்ந்தது. தனது மூதாதையர்களைப் போலவே ஔரங்கசீப்பும் பிரம்மாண்ட அரசவை நூலகத்தை அமைத்ததுடன், தனது கையெழுத்து ஓலைச் சுவடிகளைப் பாதுகாக்கப் பத்து லட்சம் ரூபாய் வரை செலவழித்தார்.

1670களின் மத்தியில் லாகூரில் பாத்ஷாஹீ மஸ்ஜித் என்னும் நினைவுச் சின்னத்தை எழுப்ப நிதி உதவி வழங்கினார். ஏழைகளின் தாஜ்மஹால் என்றழைக்கப்படும் தில்ராஸ் போலின்றி, இதன் கட்டுமானத்தில் ஷாஜஹானின் ஆடம்பரத்தையும் கலை நயத்தையும் பின்பற்றினார். மலர் உருவங்கள், பொறிக்கப்பட்ட பளிங்கு, ஆரம் போன்ற வளைவு உள்ளிட்ட எழிலான அம்சங்களுடன் ஔரங்கசீப்பின் முதன்மையான மசூதியாக இது விளங்குகிறது.

கட்டி முடிக்கப்பட்ட போது பாத்ஷாகி மஸ்ஜித் உலகின் மிகப் பெரிய மசூதியாக இருந்தது என்பது குறிப்பிடத்தக்கது. ஒரே

நேரத்தில் 60,000க்கும் அதிகமானோர் தொழுகை நடத்தும் அளவுக்கு பிரம்மாண்டமானது. இன்றைக்கும் உலகின் பல்வேறு நாடுகளிலிருந்து வரும் பயணிகளைக் கவரும் கட்டுமானமாக விளங்குகிறது. பத்தொன்பதாம் நூற்றாண்டு தொடக்கத்தில் சீக்கிய சாம்ராஜ்யத்தை உருவாக்கிய ரஞ்சித் சிங் இதை பீரங்கி மற்றும் வெடி மருந்து கிடங்காகப் பயன்படுத்தி வந்தார். சீரமைக்கப்பட்ட பிறகு மீண்டும் மசூதியாக எழிலுடனும், முகலாய கலை நுணுக்கங்களுடனும் காண்பவர் வியக்கும் வகையில் கம்பீரமாகக் காட்சி அளிக்கிறது.

• • •

1679இல் தில்லியை விட்டுப் புறப்பட்ட ஔரங்கசீப் வட இந்தியாவுக்குத் திரும்பவே இல்லை. 1681 தொடங்கி தக்காணத்துக்கு இடம் பெயர்ந்தவர் ஆங்காங்கே சிகப்பு கூடாரங்களை அமைத்துத் தீவிரப் பிரசாரமும் பயணமும் மேற்கொண்டார். ஔரங்கசீப்பின் முன்னோர்களும் முகாமிடும் இடங்களில் முகலாய அரசின் சின்னமான சிவப்பு வண்ணத்தில் கூடாரங்களை நிறுவியதைத் தொடர்ந்து ஔரங்கசீப்பும் அதே பாரம்பரிய வழக்கத்தைத் தொடர்ந்தார். முகலாய வாழ்க்கை அதன் நாடோடி வேர்களுக்குத் திரும்பிய போது, மிக உயரிய முகலாய கலாசாரங்களை உள்ளடக்கிய முத்திரை அம்சங்களை, ஔரங்கசீப் தனது சொந்த முன்னுரிமைகள் மற்றும் விருப்பங்களுடன் வலியுறுத்தினார்.

அரை நூற்றாண்டு கால ஆட்சி முழுவதும் ஔரங்கசீப் அரசவை தினசரி ஒரு முறையும், சில தருணங்களில் இரு முறையும் கூடியது. தனது நீதி பரிபாலனம் குறித்துத் தனக்குத் தானே பாராட்டிக் கொண்டதுடன், மனுக்களைப் பரிசீலித்துத் தனிப்பட்ட முறையில் அவரே பதில் எழுதினார். முகலாய அரச குடும்பத்தின் வழக்கப்படி சோதிடர்களை பணியமர்த்திக் கொண்டார். 'சோதிடர்களின் ஆலோசனையைக் கேட்காமல் மன்னர் (ஔரங்கசீப்) எதுவுமே செய்வதில்லை' என்று 1690இல் இந்தியாவுக்கு வருகை தந்த கெமெலி கெராரி என்னும் இத்தாலியப் பயண எழுத்தாளர் குறிப்பிட்டுள்ளார்.

1707இல் ஔரங்கசீப் இறக்கும் தறுவாயில் ஒரு யானையையும், வைரக் கல்லையும் தானம் அளித்தால் காய்ச்சலிலிருந்து குணம் அடையலாம் என்று ஆஸ்தான சோதிடர் ஆலோசனை வழங்கினார். ஆனால் யானையைத் தானம் வழங்குவது இந்து

மற்றும் பார்ஸி வழக்கம் என்பதால் ஔரங்கசீப் மறுத்துவிட்டார். ஆனால் அதற்குப் பதிலாக ஏழைகளுக்கு ரூ 4,000/- தானம் அளித்தார். இதில் குறிப்பிட வேண்டிய விஷயம் என்னவெனில் ஔரங்கசீப்பின் நாற்பத்தொன்பது ஆண்டு கால ஆட்சியில் சக்ரவர்த்திக்கு ஆலோசனை சொல்லும் அளவுக்கு இவரைப் போன்ற சோதிடர்கள் அவருக்கு அணுக்கமாக இருந்ததுதான்.

ஔரங்கசீப்பின் ஆட்சிக்கு முன்பிருந்தே முகலாய ஏகாதிபத்திய வாழ்க்கையின் ஒருங்கிணைந்த பகுதியாக மாறிய இந்து மதக் கருத்துகள், நூல்கள் மற்றும் கலாசாரம் ஆகியவை ஔரங்கசீப்பின் பிற்கால ஆட்சியிலும் இணக்கமாகவே இருந்தன. உதாரணத்துக்கு 1690களில் சந்திரமான் என்னும் கவிஞர் தனது நர்கிசிஸ்டான் (நார்சிசஸ் தோட்டம்) என்னும் பாரசீக ராமாயணக் கவிதைத் தொகுப்பை ஔரங்கசீப்புக்கு அர்ப்பணித்தார். இவரைத் தொடர்ந்து 1705இல் அமர் சிங் என்னும் மற்றொரு கவிஞர் தான் எழுதிய அமர் பிரகாஷ் என்னும் பாரசீக ராமாயண உரைநடையை ஔரங்கசீப்புக்கு அர்ப்பணித்தார். இரு பெரும் சமஸ்கிருத இதிகாசங்களுள் ஒன்றாகவும், இந்துக்களின் இறையியல் நூலாகவும் விளங்கிய ராமாயணத்தின் முதல் பாரசீக மொழி பெயர்ப்புக்கான செலவை ஔரங்கசீப் ஏற்றுக் கொண்டார்.

அடுத்த நூற்றாண்டுகளில் ஏராளமான கவிஞர்கள் பல்வேறு வித்தியாசமான கோணங்களில் பாரசீக மொழியில் ராமாயணங்களை இயற்றியதுடன், அவை அனைத்தையும் ஆட்சியிலிருந்த முகலாய மன்னருக்கே சமர்ப்பித்தனர். இருப்பினும் ராமர் கதையைக் கூறும் இந்து இதிகாசமான ராமாயணத்துக்கும், முகலாய அரசுக்கும் இடையே மனத்தளவில் உணரப்பட்ட ஒருங்கிணைப்பை உடைக்கும் வகையில், தனது ஆட்சிக் காலத்தின் இறுதிக் கட்டத்தில் கூட ஔரங்கசீப் முகலாய கலாசாரப் பழக்கங்களிலிருந்து வெகு தூரம் விலகியிருக்க வில்லை.

4

இந்துஸ்தானத்தின் நிர்வாகி

பிரம்மாண்ட சாம்ராஜ்யத்தை மேற்பார்வையிடுதல்

> ஷாஜஹான் தனது அரசவையை வாரம் ஒரு முறை மட்டுமே கூட்டுவதை வழக்கமாகக் கொண்டிருந்தார். உண்மை மற்றும் ஆண்டவனிடமுள்ள பக்தி காரணமாக புகார்களுக்கு அவசியமே இல்லாமல் போனது. ஆனால் இப்போது சக்ரவர்த்தி ஔரங்கசீப் தினசரி இரு முறை அரசவையைக் கூட்டியதால் புகார்களின் எண்ணிக்கை அதிகரிக்கத் தொடங்கியது.
>
> – *பீம்சேன் சாக்ஸேனா, ஔரங்கசீப் நிர்வாகத்திலிருந்த இந்து உறுப்பினர், பாரசீக மொழியில் எழுதியது*

அதிக எண்ணிக்கையில் அரசு அதிகாரிகள் தேவைப்படும் அளவுக்குப் பிரம்மாண்ட சாம்ராஜ்யத்தை ஔரங்கசீப் மேற்பார்வையிட்டுக் கொண்டிருந்தார். தனது சாம்ராஜ்யத்தின் பெரும்பான்மை இடங்களுக்குச் செல்லும் பழக்கத்தை அவர் கொண்டிருக்கவில்லை என்றாலும் தனது ஆட்சியின் முதல் பாதியை தில்லி அரசவையிலும், இரண்டாம் பாதியைத் தக்காணத்திலும் கழித்தார். இதன் காரணமாகப் பரந்து விரிந்த முகலாய சாம்ராஜ்யத்தை தினசரி நிர்வகிக்கும் பெரும் பொறுப்பு அரசு அதிகாரிகளின் தோள்களில் விழுந்தது. ஔரங்கசீப் தொலை தூரத்தில் இருந்தாலும் அன்றாட நிர்வாக விவரங்கள் குறித்துத் தனிப்பட்ட முறையில் அறிந்து கொள்ள அவரது தொடர் மற்றும் தெளிவற்ற நீதி பரிபாலன நோக்கத்துக்குத் தடையேதும் இருக்கவில்லை.

ராஜ்யத்தின் நான்கு திசைகளிலும் நடைபெறும் அரசவை நடவடிக்கைகள், அதிகாரிகளின் செயல்பாடுகள், முக்கிய நிகழ்வுகள், செய்தி மடல்கள் மூலம் ஔரங்கசீப்புக்கு அன்றாடம் தெரிவிக்கப்பட்டன. அன்றைய காலகட்டத் தலைவர்கள் இச்செய்தி மடல்களை நம்பியிருந்ததுடன், அரசவை நிகழ்வுகளை இந்தியா முழுவதுமுள்ள நண்பர்களுக்கும், எதிரிகளுக்கும் பகிர்ந்தும் கொண்டனர். உதாரணத்துக்குச் செய்தி அறிக்கைகளும் கடிதங்களும் ஏராளமாகக் குவிந்ததால், 1677இல் சந்திப்புக்குக் கூட நேரம் ஒதுக்க முடியாத நிலை மராட்டிய சிவாஜிக்கு ஏற்பட்டது என்கிறார் ஹாலந்து நாட்டு தூதர் ஹெர்பெர்ட் டி ஜகர்.

பொதுச் சட்டம், ஒழுங்கு மற்றும் குறிப்பாக முகலாயப் பிரதிநிதிகளின் நடத்தை பற்றிய அறிக்கைகளில் ஔரங்கசீப் அதிக ஆர்வம் செலுத்தினார். கட்டுப்படுத்த முடியாத மிகப் பெரிய சாம்ராஜ்யத்தை நிர்வகிக்கும் முனைவில் ஔரங்கசீப் எடுத்த தவறான முடிவுகளையே இவை பெரும்பாலும் வெளிப்படுத்தின.

• • •

முகலாய எல்லைக்கு உட்பட்ட பகுதி முழுமைக்கும் அடிப்படைப் பாதுகாப்பு வழங்குவதில் ஔரங்கசீப் தீவிர கவனம் செலுத்தினார். தனது மகன்களுக்கும் முக்கிய அரசவைப் பிரதிநிதிகளுக்கும் எழுதிய பல கடிதங்களில் சாலைப் பாதுகாப்பை உறுதிப்படுத்தத் தொடர்ந்து வலியுறுத்தியதுடன், சாதாரண குடிமக்களைக் கொலை, கொள்ளை, திருட்டு உள்ளிட்ட குற்றங்களிலிருந்து தடுக்காததற்காக அவர்களை வன்மையாகவும் கண்டித்தார். இருப்பினும் ஔரங்கசீப்பின் தீவிர முயற்சிகள் எந்தப் பயனையும் அளிக்காமல் சட்டம் ஒழுங்குப் பிரச்னைகள் முகலாய இந்தியாவைக் கடுமையாகப் பாதித்ததுடன், அவரது ஆட்சியின் கடைசிக் காலங்களில் மோசமான நிலையை அடைந்தன..

தொடர்ந்து பல பத்தாண்டுகளாக நிலவிய முரண்பாடு காரணமாக முகலாயப் படைகளின் எண்ணிக்கையும் இத்தருணத்தில் கணிசமாகக் குறையத் தொடங்கி பலவீனமடைந்தது. புதிதாகப் படையில் சேர்ந்த பலரிடம் முந்தைய வீரர்களிடமிருந்த முகலாய விசுவாசம் காணப்படவில்லை. ‘ஸஃபாவித் ஈரான் மற்றும் ஓட்டோமான் சாம்ராஜ்யங்கள் திருடர்களிடமிருந்து உரிய சாலைப் பாதுகாப்பைப் பயணிகளுக்கு வழங்குவதைப்போல், முகலாய இந்தியா அளிக்கவில்லை’ என்று 1690இல் இத்தாலியப் பயண எழுத்தாளர் ஜெமிலி கரேரி பதிவு செய்துள்ளார்.

பர்ஹாம்பூர் மற்றும் அகமதாபாத் நகரங்களுக்கு அருகே கொள்ளைக்காரர்கள் பயணிகளைக் கொள்ளை அடித்த நிகழ்வுகளை ஔரங்கசீப்பே பதிவு செய்து புலம்பியுள்ளார். நகரங்களின் நிலைமையே இவ்வாறிருக்க கிராம மற்றும் புறநகர்ப் பகுதிகள் கொள்ளைக்காரர்களால் இன்னும் கடுமையாகப் பாதிக்கப்பட்டன.

பல்வேறு குணாதிசயங்களைக் கொண்ட அரசு அதிகாரிகள் மீதும் தனது கட்டுப்பாட்டைச் செலுத்த ஔரங்கசீப் திணறினார். லஞ்சம் வாங்கக் கூடாது என்னும் ஔரங்கசீப்பின் கடுமையான உத்தரவையும் மீறிப் பல முகலாய அதிகாரிகள் லஞ்சம் பெற்றனர். முதன்மை காஜியும், சாம்ராஜ்யத்தின் தர்ம வழிகாட்டியாகவும் விளங்கிய அப்துல் வகாப், பணம் பிடுங்கவும், லஞ்சம் வாங்கவுமே, நீண்ட கைகள் அமையப் பெற்றாரோ என்று பதினெட்டாம் நூற்றாண்டைச் சேர்ந்த இந்தோ-பாரசீகக் கவிஞர் ஏளனமாகக் குறிப்பிட்டுள்ளார்.

குற்றப் பின்னணியைக் கொண்ட நிர்வாகிகள் ஔரங்கசீப்பை எரிச்சலுக்கு உள்ளாக்கினர். அவர்களைச் சக்ரவர்த்தி கண்டித்தார். உதாரணத்துக்கு ஔரங்கசீப் தனது பேரன் பிதர் பக்துக்கு எழுதிய கடிதத்தில் லஞ்சம் பெற்ற சில அரசு அதிகாரிகளின் பெயர்களைக் குறிப்பிட்டு ‘தண்டனை வழங்குவதற்கு அரசுப் பொறுப்போ, இறையாண்மையோ தடையாக இருக்காது’ என்றார். அதே சமயம் சில அதிகாரிகள் செய்த தவறுகளை மன்னித்துக் கருணையும் காட்டினார். சில அரசு அதிகாரிகளைக் கடுமையாகத் தண்டித்த தனது மகன்களைக் கண்டித்ததுடன், அவர்களுக்கு விதிக்கப்பட்ட தண்டனையையும் குறைத்தார்.

• • •

ஆனால் ஔரங்கசீப் தனது குடும்ப உறுப்பினர்களுக்கு இந்தக் கருணையைக் காட்டவில்லை. அரசு நலன்களுக்குப் புறம்பாகச் செயல்பட்டு எதிர்த்த மற்றும் சாதாரண தவறுகளைச் செய்த தனது உறவினர்களைத் தண்டிக்க அவர் தவறவில்லை. வாரிசுப் போர் மற்றும் அவரது ஆட்சிக் காலம் முழுவதும் இந்த நெருக்கடி தலைதூக்கியது.

உதாரணத்துக்கு முகலாய அரசுக்கு சிம்ம சொப்பமாக இருந்த மராட்டிய மன்னன் சிவாஜியின் படைகளைச் சமாளிக்கத் தனது மாமா ஷாயஸ்டா கானை 1659இல் தக்காணத்துக்கு அனுப்பி

அலங்கரிக்கப்பட்ட விதானத்தின் கீழ்
சிம்மாசனத்தில் அமர்ந்திருக்கும் பேரரசர் ஔரங்கசீப்
(According to Stuart Cary Welch the painting was probably painted by
the court painter, Bichitr. c. Late 17th Early 18th century)

வைத்தார். ஆனால் ஷாயஸ்டா கான் பூனேவில் அழகான கட்டடங்களையும், தோட்டங்களையும் உருவாக்கி அந்தப் பகுதியைச் செழிப்பாக்கினார். அவரது தயாள குணம் காரணமாக தானியங்களின் விலை குறைவாக இருந்தன. மக்கள் மகிழ்ச்சியுடன் காணப்பட்டனர். தனது மகளின் திருமண நிச்சயதார்த்த ஏற்பாடுகளைக் கவனித்துக் கொண்டு ஷாயஸ்டா கானும் பூனேவில் ராஜபோக வாழ்க்கை வாழ்ந்து கொண்டிருந்தார். ஔரங்கசீப் எந்த நோக்கத்துக்காக ஷாயஸ்டா கானைத் தக்காணத்துக்கு அனுப்பி வைத்தாரோ(சிவாஜியைக் கட்டுப்படுத்த வேண்டும்) அந்தவொரு முக்கியப் பணியை மட்டும், செய்து முடிக்க மறந்தே போனார்.

ஆனால் ஔரங்கசீப்பால் எதற்காக ஷாயஸ்டா கான் தக்காணத்துக்கு அனுப்பி வைக்கப்பட்டார் என்பதை சிவாஜி மறக்கவில்லை. ஷாயஸ்டா கான் ஆசை ஆசையாகக் கட்டிய பிரம்மாண்ட அரண்மனைக்குள் 1663இல் யாரும் எதிர்பாராத நேரத்தில் நள்ளிரவில் அதிரடிப் படை வீரர்களுடன் ஊடுருவித் தாக்குதல் நடந்தினார். துண்டான விரலுடன் ஷாயஸ்டா கான் எப்படியோ தப்பிப் பிழைத்தாலும், தொடர்ந்து நடைபெற்ற சண்டையில் அவரது மனைவிகளுள் பலர் கொல்லப்பட்டனர்.

சிவாஜியின் தலைமையில் மீண்டும் படுக்கை அறைக்குள் நுழைந்த மராட்டிய வீரர்கள் ஷாயஸ்டா கான் என்றெண்ணி அவரது மகனைக் கொன்றனர். தக்காணத்தில் சிவாஜியிடம் வெட்கப் படத்தக்க வகையில் தோற்றுப் போன தனது மாமா ஷாயஸ்டா கானை உடனடியாக வங்காளத்துக்கு அனுப்பி வைத்தார் ஔரங்கசீப். மேலும் கிழக்கிலுள்ள வங்காளத்துக்குச் செல்லும் வழியில் தன்னைச் சந்திக்க வந்த ஷாயஸ்டா கானைப் பார்க்கவும் மறுத்துவிட்டார் ஔரங்கசீப்.

இதேபோல் ஔரங்கசீப் தனது மகன் அஜம் ஷாவையும் விட்டு வைக்கவில்லை. சூரத் நெடுஞ்சாலையில் நடைபெற்ற கொள்ளைச் சம்பவத்தைத் தடுக்கத் தவறியதற்காக மகனைக் கடுமையாகக் கண்டித்தார். இதற்குப் பதிலளித்த அஜம் ஷா கொள்ளை நடந்த இடம் தனது அதிகார வரம்பிற்குள் வரவில்லை என்றும் இன்னொரு அதிகாரியே அதற்குப் பொறுப்பு என்றும் சமாளித்தார். இதனால் கோபமுற்ற ஔரங்கசீப் மகனென்றும் பாராமல் அவரை 'மன்சப்' பதவியிலிருந்து கீழிறக்கி 'இளவரசனாக இல்லாமல் வேறொரு அதிகாரியாக

நீ இருந்திருந்தால் இந்தப் பதவியிறக்க ஆணை தீவிர விசாரணைக்குப் பிறகே வழங்கப்பட்டிருக்கும். ஆனால் நீ இளவரசன் என்பதால் எந்த விசாரணையும் இல்லாமல் தண்டனை அளிக்கப்படுகிறது' என்று குறிப்பிட்டார்.

தனது நான்காவது மகன் இளவரசன் அக்பர் தனக்கு எதிராகப் புரட்சி செய்த போது ஔரங்கசீப் இன்னும் கடுமையாகவே நடவடிக்கை எடுத்தார். ராஜஸ்தானில் ரத்தோட் மற்றும் சிசோடியாஸ் ஆகியோர் தலைமையில் நடைபெற்ற கலவரத்தை அடக்க ஔரங்கசீப் இளவரசன் அக்பரை அனுப்பியபோது 1681இல் அக்பர் தனக்குத் தானே சக்ரவர்த்தியாக முடிசூட்டிக் கொண்டார். ஆனால் விரைவில் நட்பு வட்டத்திலிருந்த ராஜபுத்திரர்களின் ஆதரவை இழக்கவே அடைக்கலம் தேடி ஔரங்கசீப்பின் ஜன்ம விரோதியான சிவாஜியின் மகன் சம்பாஜியிடம் சரணடைந்தார். பல ஆண்டுகள் கழித்து 1687இல் ஔரங்கசீப் தனது மகன் அக்பரை இந்தியாவை விட்டே விரட்டி அடித்தார். பாரசீகத்துக்குத் தப்பிச் சென்ற அக்பர் 1704இல் மரணமடைந்தார்.

. . .

தனது சாம்ராஜ்யத்துக்கு உட்பட்ட குறிப்பிட்ட ராஜபுத்திர மன்னர்களின் புரட்சிகளையும் ஔரங்கசீப் சமாளித்தார். முகலாயர்களுக்கு இணக்கமாகவும் ஔரங்கசீப்பின் அதிகாரத்துக்கு உட்பட்டும் இருந்த ராஜபுத்திரர்கள், அவரது மகன் அக்பரின் ஆதிக்கத்தின் கீழ் செயல்பட நிர்பந்திக்கப்பட்ட போது அதை எதிர்த்துப் பல்வேறு போராட்டங்களில் ஈடுபட்டனர்.

ஔரங்கசீப்பின் ஆட்சியின் போது நடைபெற்ற முக்கிய நிகழ்வு 1679-81இல் மார்வார் மற்றும் மேவார் ராஜபுத்திர குடும்பங்கள் நடத்திய புரட்சியாகும். இம்முடிவு காரணமாக இரு ராஜ்யங்களிலும் வித்தியாசமான விளைவுகள் ஏற்பட்டன. 1678 டிசம்பரில் ஜஸ்வந்த் சிங் ரத்தோர் இறந்தபோது கலவரம் இன்னும் தீவிரமடைந்தது.

ராஜஸ்தான் தென் மேற்குப் பகுதியான மார்வார் ராஜ்யத்தின் அடுத்த வாரிசுக்கான போட்டியில் ஔரங்கசீப் மூக்கை நுழைக்க முயன்றார். ஆனால் ரத்தோரின் அரச குடும்ப வாரிசு பிரச்னையில் ஔரங்கசீப்பின் தலையீட்டை, குறிப்பாக மார்வார் அரச குடும்பத்தின் பச்சிளம் இளவரசர்களை முகலாய சாம்ராஜ்யத்தில்

வளர்க்கும் அவரது யோசனையை விரும்பவில்லை. மேலும் ஜோத்பூரைக் கைப்பற்ற தனது படைகளை அனுப்பி வைக்கும் அவரது முடிவையும் ஏற்கவில்லை. இதுபோன்ற படையெடுப்பைத் தங்கள் மீதும் ஔரங்கசீப் நடத்தலாம் என்று அஞ்சிய அண்டை ராஜ்யமான மேவார் சிசோதியா ராஜபுத்திரர்களும் மார்வாருடன் இணைந்து கொண்டனர்.

ஏற்கெனவே முடிவெடுத்தபடி ரத்தோர்-சிசோதியா கலவரத்தை அடக்கத் தனது மகன் அக்பரை அனுப்பி வைத்தார் ஔரங்கசீப். கலவரத்தை அக்பர் அடக்கினாலும் அவரது மனத்தில் வேறு எண்ணம் தோன்றியது. கிடைத்த வாய்ப்பை நழுவ விடாமல் ரத்தோர் மற்றும் சிசோதியாவுடன் சமரசம் செய்து கொண்டு அவர்களது ஆதரவுடன் 1681 ஜனவரி தொடக்கத்தில் ராஜஸ்தான் நடோலில் தனக்குத் தானே சக்ரவர்த்தியாக முடிசூட்டிக் கொண்டார்.

இதற்கிடையே ஔரங்கசீப்பின் மற்றொரு மகனான அஜம் ஷா 1681 ஜூனில் ராஜபுத்திரர்களுடன் செய்து கொண்ட 'ராஜசமுத்திரா ஒப்பந்தம்' மேவாருக்கும், முகலாய சாம்ராஜ்யத்துக்கும் இடையே நீடித்த, நிலைத்த அமைதி நிலவ வழிவகுத்தது. ஆனால் மார்வார் ராஜ்யம் முகலாய சாம்ராஜ்யத்தின் நேரடிக் கட்டுப்பாட்டுக்கு மாற்றப்பட்டதால் ஏற்பட்ட விரக்தியின் காரணமாக பல ஆண்டுகள் கலவரங்கள் நிகழ்ந்து கொண்டே இருந்தன.

இந்நிகழ்வுகள் அனைத்தையும் நவீன வரலாற்று ஆசிரியர்கள் 'ராஜபுத்திரப் புரட்சி' என்ற தலைப்பின் கீழ் முஸ்லிம் ஆட்சிக்கு எதிரான இந்து பகைமையாகத் தொகுத்துள்ளனர். ஆனால் ராஜசமுத்திரம் ஒப்பந்தம் தொடர்பான மாறுபட்ட கருத்துகள் இருப்பினும், முஸ்லிமான அக்பருக்கு ராஜபுத்திரர்களான ரத்தோர்களும் சிசோதியாக்களும் ஆதரவளித்ததன் மூலம் வரலாற்று ஆசிரியர்களின் தொகுப்பைப் பொய்யாக்கி உள்ளனர். ஔரங்கசீப்புடன் மேவார் சமரசமாகப் போனாலும், மார்வார் தொடர்ந்து முகலாய சாம்ராஜ்யத்தின் ஆதிக்கத்திலேயே இருந்தது. இந்நிகழ்வு உண்மையிலேயே முகலாய சாம்ராஜ்யத்துக்கு எதிராக, ஏனைய போராட்டங்களைப் போலவே, அதிகாரத்தைக் கைப்பற்ற முனைந்த இந்து மற்றும் முஸ்லிம்களின் போராட்டமே ஆகும்.

• • •

நாட்டின் பாதுகாப்புக்கு எதிரான அச்சுறுத்தல்களைச் சமாளிக்க ஔரங்கசீப் ராஜதந்திர நடவடிக்கைகளை எடுக்கவில்லை. மாறாக ஔரங்கசீப்பை எதிர்த்த தனிநபர்கள் வன்முறைக்கும் கடுமையான தண்டனைக்கும் உள்ளானார்கள். உதாரணத்துக்கு 1689இல் முகலாயப் படைகளால் சிவாஜியின் மகன் சம்பாஜி கைதான போது ஔரங்கசீப் அவருக்கு எந்த விதமான கருணையையும் காட்டவில்லை. முகலாய சாம்ராஜ்யத்தை எதிர்த்துப் பல ஆண்டுகள் போரிட்டுக் கொண்டிருந்த சம்பாஜியையும், அவரது பிராம்மண ஆலோசகர் கவி கலாஷையும் கைது செய்து ஒட்டகத்தின் மீது ஏற்றிய ஔரங்கசீப் இருவருக்கும் வித்தியாசமான தொப்பிகளை அணிவித்து அவமானப்படுத்த ஆணையிட்டார்.

பின்னர் சம்பாஜியின் கண்களை நகங்களாலேயே பிடுங்கவும், தலையை வெட்டி எறியவும் உத்தரவிட்டார். தலையை வெட்டியதை ஒரு வரலாற்று ஆசிரியர் 'தலையை வெட்டி சம்பாஜியின் தோள் சுமையைக் குறைத்தார்' என்று வெறித்தனத்துடன் கவித்துவமாக எழுதினார். 'சம்பாஜி மற்றும் கவி கலாஷின் இறந்த உடல்களை நாய்களுக்கு உணவாக தெருக்களில் வீசி எறிந்தார். வெட்டப்பட்ட இருவரின் தலைக்குள்ளும் வைக்கோலைத் திணித்து தக்காணப் பிராந்தியம் முழுவதும் வீதி உலாவாக எடுத்துச் சென்று மக்களிடையே அச்சத்தை ஏற்படுத்திய பின்னர் தில்லி நுழைவுவாயிலில் அவற்றைத் தொங்கவிட்டார் ஔரங்கசீப்' என்றும் சில வரலாற்று ஆசிரியர்கள் பதிவு செய்துள்ளனர்.

வன்முறையும் கடுமையான தண்டனையும் ஔரங்கசீப் காலத்தில் நடைமுறையில் இருந்த வழக்கமான அரசியல் சாதுர்ய நடவடிக்கைகள்தான். முகலாய சாம்ராஜ்யத்தில் ஸ்திரத்தன்மை மற்றும் ஒத்துழைப்பை நிலைநிறுத்தவும், ஊக்குவிக்கவும், அரசின் வன்முறை நடவடிக்கைகள் அவசியம் என்பதால் அவற்றுக்குச் சட்ட ரீதியான அனுமதியை ஔரங்கசீப் வழங்கினார். ஔரங்கசீப் அவரது காலத்தில் வாழ்ந்த மற்ற மன்னர்கள் எடுத்த கடுமையான நடவடிக்கைகளையே எடுத்தார் என்றாலும் அடுத்தடுத்த தலைமுறைகளின் கண்டனத்திலிருந்து தப்பிக்கவில்லை. ஔரங்கசீப்பின் வன்முறை வெறியாட்டம் பலவற்றுள் ஒன்றைக் குறிப்பிடுவதென்றால், இன்றைக்கும் மக்கள் மனத்தை வருத்திக் கொண்டிருக்கும் செயலான, சீக்கியர்களின் ஒன்பதாவது குருவான தேஜ் பகதூர் தொடர்பான கொடூரமான படுகொலைதான்.

பஞ்சாபில் அமைதியின்மைக்குக் காரணமாக இருந்த சீக்கிய குரு தேஜ் பகதூர் 1675இல் ஔரங்கசீப்பால் மரண தண்டனைக்கு உள்ளாகிக் கொல்லப்பட்டார். இன்றைய சீக்கியர்கள் தங்கள் மதம் குறித்த ஆரம்ப கால வரலாற்றை அறிய இந்நிகழ்வு மிகவும் முக்கியம் என்றாலும், முகலாயர்களின் கோணத்தில் அக்காலத்தில் நிலவிய வழக்கமான நடைமுறையைத்தான் ஔரங்கசீப் பின்பற்றினார். ஔரங்கசீப் காலத்தில் எழுதப்பட்ட எந்தப் பாரசீகக் குறிப்புகளிலும் இந்தப் படுகொலை இடம் பெறாததற்குக் காரணம் முகலாயர்கள் இதையொரு முக்கிய அல்லது தவிர்க்க முடியாத நிகழ்வாகக் கருதவில்லை என்பதுதான்.

பின்னர் எழுதப்பட்ட பாரசீக நூல்களில்கூட தேஜ் பகதூர் படுகொலை செய்யப்பட்ட பகுதி இதுதான் என்று தெளிவின்றிப் பல இடங்கள் (தக்காணம், லாகூர் மற்றும் சீக்கியப் பாரம்பரியப்படி தில்லி) குறிப்பிடப்பட்டுள்ளன. மேலும் பதிவு செய்த தேதிகளும் சீராக இல்லாமல் ஒன்றுக்கொன்று முரண்பட்டுக் காணப்படுகின்றன. ‘காஷ்மீர் பிராமணர்கள் மதம் மாறக் கட்டாயப்படுத்தப்பட்டதை குரு தேஜ் பகதூர் எதிர்த்த காரணத்தினாலேயே அவருக்கு மரண தண்டனை விதிக்கப் பட்டது’ என்று இன்றைய பாடப் புத்தகங்களில் காணப்படும் குறிப்பு, பழைய நூல்களில் பதிவு செய்யப்படவில்லை.

பாரசீக மற்றும் சீக்கிய நூல்களிலிருந்து இவை மட்டும் தெளிவாகின்றன: ஔரங்கசீப்பின் பார்வையில் குரு தேஜ்பகதூர் முகலாய சாம்ராஜ்யத்தை ராணுவ ரீதியாக எதிர்த்ததாலேயே சட்டப்படியான மரண தண்டனை அவருக்கு நிறைவேற்றப் பட்டது. இதன் காரணமாகவே மத குரு என்னும் அவரது பொறுப்பு ஔரங்கசீப் நிர்வாகத்தில் எதிரிகளுக்கு வழங்கப்படும் தண்டனைகளை, குறிப்பாக அதிகபட்ச தண்டனையான மரண தண்டனையை, எந்த வகையிலும் குறைக்க உதவவில்லை. வாரிசுப் போரில் தாரா ஷுகோவுக்குச் சீக்கியர்களின் ஏழாவது குருவும், தேஜ் பகதூரின் சகோதரி மகனுமான ஹர் ராய் ஆதரவளித்தார் என்ற வதந்தியும் அப்போது உலவியது. முகலாய அரசுக்கு எதிராக ஆயுதம் ஏந்திய ஏனைய மதக் குழுக்கள், குறிப்பாக சட்னாமீஸ் மீதும் கடுமையான நடவடிக்கை எடுக்கப்பட்டது.

பிரபல இந்து அரசவை உறுப்பினர்கள்

மன்னா! இந்த உலகம் உங்கள் ஆணைக்குக் கட்டுப்படட்டும்
உதடுகள் நன்றிகளாலும், வணக்கங்களாலும் நனையட்டும்
உங்கள் ஆன்மா மக்களைக் கண்காணித்துக்
கொண்டிருப்பதால்
நீங்கள் எங்கிருந்தாலும், கடவுள் பார்வை உங்கள் மீதேயிருக்கும்.

– சந்திர பான் பிரம்மன், ஔரங்கசீப் அரசவையின்
இந்து - பாரசீகக் கவிஞர்

ஔரங்கசீப்பின் பரந்து விரிந்த அதிகாரவர்க்கத்தில் இந்துக் களுக்கும் கணிசமான அளவில் வேலை வாய்ப்பும் பதவி உயர்வும் கிடைத்தன. அக்பர் காலம் தொட்டே ராஜபுத்திரர்களும் இந்துக்களும் முகலாய நிர்வாகத்தில் முழு நேர அதிகாரிகளாகப் பணியாற்றி வந்துள்ளனர். முகலாய அதிகார வரிசையில் சக முஸ்லிம் அதிகாரிகளுக்கு இணையாக இந்துக்களும் மான்சாப் உள்ளிட்ட உயர் பதவிகளைப் பெற்றதுடன், சாம்ராஜ்ய விரிவாக்கத்துக்காகவும் போரிட்டனர்.

முகலாய அதிகாரிகள் எண்ணிக்கையில் முஸ்லிம்கள் அதிகமாக இருந்தாலும், உயர் பதவிகளிலும், அரசின் முக்கிய வணிகங் களிலும் இந்துக்களும் கணிசமாக அங்கம் வகித்தனர். குறிப்பாக தக்காணத்தின் பகுதிகளைக் கைப்பற்றவும், இந்துக்களின் இதயத்தில் இடம் பிடிக்கவும் முகலாய அதிகார வரிசையில் அவர்களை உயர் பதவியில் அமர்த்துவதை ஔரங்கசீப் ராஜதந்திர நடவடிக்கையாகவே கருதினார். பல்வேறு தருணங்களில் ஔரங்கசீப் மத அடிப்படையில் அதிகாரிகளைத் தேர்ந்தெடுக் காமல் சம்மந்தப்பட்ட நபர்களின் நிர்வாகத் திறமையின் அடிப்படையிலேயே நியமித்தார்.

வாரிசுப் போரில் ஷாஜஹானின் மகன்கள் மோதிக் கொண்ட போது (1657-59) முகலாய சாம்ராஜ்யத்தில் அங்கம் வகித்த இந்து நிர்வாகிகள் ஔரங்கசீப்புக்கும், தாரா ஷுகோவுக்கும் ஆதரவாகப் பிரிந்தனர். பெரும்பான்மை ராஜபுத்திரர்கள் தாரா ஷுகோவுக்கு நேசக் கரம் நீட்ட, பதினேழாம் நூற்றாண்டு மத்தியில் வலிமை மிக்க சக்தியாக விளங்கிய மாராட்டியர்கள் ஔரங்கசீப்புக்குத் துணை நின்றனர். மொத்தத்தில், அந்தஸ்த்தில் உயர் பதவி வகித்த 21 இந்துக்கள் (மொத்தம் 1000 மான்சாப்கள்) ஔரங்கசீப்புடன் இணைந்து போரிட, தாரா ஷுகோவுக்கு 24 இந்து மான்சாப்கள்

உறுதுணையாக இருந்தனர். இவ்வாறாக ஔரங்கசீப்பும், தாரா ஷுகோவும் சற்றேறக் குறையச் சரிபாதி இந்து மான்சாப்கள் ஆதரவைப் பெற்றனர்.

முகலாய, இந்து மற்றும் முஸ்லிம் அறிஞர்களின் கோணத்தில் சிம்மாசனம் ஏறத் தகுதியானவர்களுள் ஔரங்கசீப்பே சிறந்தவர். முகலாய அரசவையின் ஏனைய இந்து உறுப்பினர்களுள் குறிப்பிடத்தக்கவரான கவிஞர் சந்தர் பான் பிரம்மன் என்பவர் ஔரங்கசீப்பின் வெற்றியை ஏற்கத்தக்க வளர்ச்சி என்றும் முகலாய சாம்ராஜ்யத்தின் அடிப்படைக் கொள்கைகளை அது மாற்ற வில்லை என்றும் கூறுகிறார்.

எதிர்பார்த்ததைப் போலவே தொடக்கத்தில் ஔரங்கசீப் பதவியேற்ற போது முகலாய நிர்வாகத்தில் இந்துக்களின் பங்களிப்பில் எந்த மாற்றமும் நிகழவில்லை. அக்பரின் ஆட்சியில் உயர் அந்தஸ்திலிருந்த மொத்த முகலாய அதிகாரிகளில் இந்துக்களின் பங்கு சுமார் 22.5% ஆகும். இந்தச் சதவிகிதம் ஷாஜஹானின் ஆட்சியில் அதிகரிக்கவோ குறையவோ இல்லை. ஔரங்கசீப் ஆட்சியின் முதல் 21 வருடங்களில் (1658-79) தொடர்ந்து 21.6% ஆகவே நிலைத்து நின்றது.

ஆனால் 1679 தொடங்கி 1707 வரையிலான ஆண்டுகளில் முகலாய சாம்ராஜ்யத்தில் அதிகாரிகள் அந்தஸ்தில் இந்துக்களின் பங்களிப்பு 50% வரையும், உயர் பதவிகளில் 31.6% வரையும் அதிகரித்தது. தக்காணத்தில் முகலாய சாம்ராஜ்யத்தை விரிவுபடுத்தும் யுக்திகளுள் ஒன்றாக மராத்தியர்களுக்குக் கணிசமான எண்ணிக்கையில் அதிகாரிகள் மற்றும் உயர் பதவிகள் வாரி வழங்கப்பட்டன.

எண்ணிக்கையைத் தாண்டி, தனிப்பட்ட நபர்களாக, ராஜா ரகுநாதா போன்றவர்கள் ஔரங்கசீப்பின் இந்தியாவில் உயர் பதவி வகித்த முக்கியமானவர்களுள் ஒருவராவார்.

• • •

ராஜா ரகுநாதா ஐந்து ஆண்டுகள் மட்டுமே மன்னராக இருந்தாலும், ஔரங்கசீப்புக்கு மிகவும் பிடித்தமான உயர் பதவி வகித்த அதிகாரிகளுள் ஒருவராக விளங்கினார். ராஜா ரகுநாதா தனது அரசுப் பணியை ஷாஜஹானின் ஆட்சியில் நிதி அமைச்சராகத் தொடங்கினார்.

தாரா ஷுகோவை சமுகரில் நடைபெற்ற போரில் ஔரங்கசீப் தோற்கடித்தவுடன், ஔரங்கசீப்புக்கு ஆதரவு தெரிவிக்கும் நிர்வாகிகள் குழுவில் ராஜா ரகுநாதாவும் தன்னை இணைத்துக் கொண்டார். இதனைத் தொடர்ந்து ஔரங்கசீப் தனது சாம்ராஜ்யத்தின் 'திவானி' ஆக அதாவது முதன்மை நிதி அமைச்சராக ராஜா ரகுநாதாவை நியமித்தார்.

இந்த உயர் பதவி நியமனம், சற்றேறக்குறைய நூறு ஆண்டுகளுக்கு முன்பு அக்பர் தனது அமைச்சரவையில் மூத்த நிதி அமைச்சராக டோடர் மாலை நியமித்ததற்கு இணையாகும். தனது இரண்டாவது முடிசூட்டு விழாவின் போது இந்து திவானியைக் கௌரவிக்கும் விதமாக அவருக்கு 'ராஜா' என்ற பட்டத்தை வழங்கியதுடன் அவரது மான்சாப் பதவியை 2500க்கு உயர்த்தினார். அப்போது தொடங்கி சாம்ராஜ்யத்தின் அரசு கஜானாவை அனுபவ முதிர்ச்சியுடனும், திறமையுடனும் ராஜா ரகுநாதா நிர்வகித்தார்.

வெகு சில ஆண்டுகளிலேயே ரகுநாதாவின் அரசவை செல்வாக்கு அவருக்கு மேலிருந்தவரையும் கடந்து வளர்ந்துவிட்டது. பேரரசையே அவர்தான் நடத்துகிறாரோ என்கிறார் பிரெஞ்சு பயண எழுத்தாளர் பெர்னியர். இதை இந்தோ பாரசீக கவிஞர் சந்தர் பானும் ஆமோதித்து ரகுநாதாவைப் பாராட்டுகிறார். ஔரங்கசீப்பின் அபரிமிதமான ஆதரவையும் செல்வாக்கையும் ரகுநாதா பெற்றிருந்த நிலையில், அவருடன் காஷ்மீருக்குச் சுற்றுலா சென்ற போது எதிர்பாராத வகையில் அகால மரணமடைந்தார் ரகுநாதா. இருப்பினும் ஔரங்கசீப் தனது இறுதிக் காலம் வரை அன்பான இந்து திவானியை அவ்வப்போது நினைவு கூர்ந்து கொண்டேயிருந்தார்.

பலப்பல பத்தாண்டுகள் கழித்து மரணத்தைத் தவழும் முதுமைப் பருவத்தில் கூட ஔரங்கசீப் தனது முதல் நிதி அமைச்சரான ராஜா ரகுநாதாவை மறக்கவில்லை. அரசவை நிர்வாகிகளுக்கு எழுதும் கடிதங்களில் திறமையான அரசை நிர்வகிப்பது தொடர்பான ரகுநாதாவின் கருத்துகளை மேற்கோள் காட்டியுள்ளார். 'அரசுப் பணிகளை பேராசை கொண்ட பலவீனமானவர்களிடம் ஒப்படைக்காமல், பழுத்த அனுபவமும், வணிகத் திறனும் புரிதலும் கொண்டவர்களிடம் ஒப்படைக்க வேண்டும்' என்ற ரகுநாதாவின் ஆலோசனையைக் கடைப்பிடிக்கும்படி தனது அமைச்சர் ஆசாத் கானிடம் அடிக்கடி வலியுறுத்துவார்.

ரகுநாதா மறைந்து நாற்பது ஆண்டுகள் கடந்த நிலையிலும் ஔரங்கசீப்பின் மனத்தில், நிதி விவகாரங்களில் மட்டுமின்றி முகலாய அரசு நிர்வாகம் மற்றும் நீதித் துறைகளிலும் இணையற்ற நிபணராகவே அவர் விளங்கினார். முகலாய சாம்ராஜ்யத்தின் மிகப் பெரிய அதிகாரியாக நினைவு கூரப்படும் ரகுநாதாவின் இந்து மத அடையாளம் ஔரங்கசீப்புக்கு முக்கியமாகத் தோன்றவில்லை.

• • •

ஔரங்கசீப்பின் ஆட்சியின் இரண்டாம் பாதியில், கடுமையான எதிர்ப்புகளுக்கு இடையேயும், சாம்ராஜ்ய அரசு ஆட்சிப் பணியில் அதிக எண்ணிக்கையில் இந்துக்களையே நியமித்தார்.

முகலாய அதிகாரிகளுக்கு இடையே இந்துக்களின் பிரதிநிதித்துவம் 1679-1707 வரையிலான காலகட்டத்தில் சரி பாதி அதிகரித்தது. இந்துப் பிரபுக்களின் எண்ணிக்கை அதிகரிப்பு குறித்த ஆட்சேபங்களைச் சிலர் பதிவு செய்தனர். உதாரணத்துக்கு ஔரங்கசீப்பின் படையில் சிப்பாயாக இருந்த பீம்சேன் சாக்ஸேனா அவரது ஆட்சி பற்றிப் பாரசீக மொழியில் எழுதிய வரலாற்றில் 'பதவி உயர்வுக்கு இந்துக்களின் பெயர்களைப் பரிந்துரைக்கும் வழக்கம் அப்போது இல்லை' என்று குறிப்பிட்டுள்ளார். மராட்டியர்களின் எண்ணிக்கை அதிகரித்த காரணத்தால், உயர் பதவிகளிலிருந்த சில குழுக்கள் இடையே அமைதியின்மை நிலவியது. மிக உயர் பதவிகளில் ராஜ புத்திரர்களை விடவும் மராட்டியர்களின் எண்ணிக்கை பெருகியதால் இந்துக்களின் எண்ணிக்கை குறைந்தது.

ஔரங்கசீப் தனது ஆட்சியின் கடைசி காலங்களில் வேலை வாய்ப்பில் மதப் பாகுபாடு காட்டக் கூடாது என்னும் தனது கருத்தை வலியுறுத்தினார். 1680இல் பணிக்குச் சேர்ந்த புகாரா என்னும் முஸ்லிம் நபர், பாரசீகத்தைச் சேர்ந்தவர்கள் சுன்னிகள் அல்ல என்றும் அவர்கள் ஷியாக்கள் என்பதால் அவர்களுக்குப் பதவி உயர்வு வழங்கக் கூடாது என்றும் சக்ரவர்த்திக்கு மனு கொடுத்தார். ஆனால் ஔரங்கசீப் 'உலக விவகாரங்களுக்கும், மதத்துக்கும் என்ன தொடர்பு? ' என்றும் 'நிர்வாகப் பணியில் மதவெறி தலையிட என்ன உரிமை இருக்கிறது?' என்றும் 'உங்களுக்கு உங்கள் மதம் முக்கியம், எனக்கு என்னுடையது முக்கியம்' என்றும் 'உங்கள் வேண்டுகோளின்படி இச்சட்டத்தை அமல்படுத்தினால் அனைத்து இந்து ராஜாக்களையும், அவர்களைப் பின்பற்றுபவர்களையும், அழிக்க வேண்டிய கடமை

எனக்கு ஏற்படும்' என்றும் 'திறமையான அதிகாரிகளை பணியிலிருந்து நீக்குவதை அறிவுடையோர் ஒப்புக் கொள்ள மாட்டார்கள்' என்றும் பதிலளித்து அவரது மனுவை நிராகரித்தார்.

ஔரங்கசீப்பும் சிவாஜியும்

தில்லியிலிருந்து ஆட்சி என்பது சுண்டியிழுக்கும் விலைமாது போன்றது;
அவளது அழகில் மயங்கி யார்தான் அவளை அடைய விரும்ப மாட்டார்கள்?
தந்திரத்தால் உலகை வெல்வதே அவளது குணம்.
அவள் யாரையெல்லாம் அணுகுகிறாளோ அவர்கள் உடனடியாக ஏழைகளாகிறார்கள்.
அவளுடன் இருப்பதால் எந்தப் பயனும் இல்லை.
– பூஷன் திரிபாதி, *சிவாஜியின் அரசவை இந்திப் புலவர்*

ஔரங்கசீப்பின் சாம்ராஜ்ய விரிவாக்கத்துக்குப் பெரும் தடை ஏற்படுத்தும் வகையில் அவரைக் கடுமையாக எதிர்த்துப் போரிட்டவர் சிவாஜி போன்ஸ்லே. மராட்டிய வீரரான சிவாஜி தனக்குத் தானே முடிசூட்டிக் கொண்ட மன்னர். முகலாய சாம்ராஜ்யத்தின் வலுவான பகுதிகள் மீது சிவாஜி நடத்திய அதிரடித் தாக்குதல்களை முறியடிக்க ஔரங்கசீப் பல்லாண்டுகள் முயன்றும் முடியவில்லை.

ஔரங்கசீப் ஆட்சிக்கு வருவதற்கு முன்பிருந்தே சிவாஜி அவரை முள்ளாக உறுத்திக் கொண்டிருந்தார். இன்றைய பூனே நகருக்கு அருகிலுள்ள மேற்குத் தக்காண மலையடிவாரத்தைச் சுற்றியுள்ள பகுதியை உள்ளடக்கி 1650களில் தனக்கான ராஜ்யத்தை சிவாஜி உருவாக்கிக் கொண்டார். ஷாஜஹானின் கட்டளைக்கு இணங்க தக்காணத்தில் இளவரசனாகக் களமிறங்கிய ஔரங்கசீப்புடனான முதல் நேரடி மோதல் 1657இல் நடைபெற்றது. முகலாய சாம்ராஜ்ய சக்ரவர்த்திக்கான வாரிசுப் போரில் ஈடுபட மத்திய இந்தியாவுக்கு ஔரங்கசீப் புறப்பட்டுச் சென்றதும், சிவாஜி நல்ல வாய்ப்பைப் பயன்படுத்திக் கொண்டு தனது நாட்டின் எல்லைகளை மேலும் விரிவுபடுத்தத் தொடங்கினார்.

முகலாயப் படைகளை எதிர்க்க 1660களில் சிவாஜி 10,000 குதிரைகளையும் 50,000 யானைகளையும் உள்ளடக்கிய பெரும் படையை உருவாக்கினார். பிரம்மாண்ட முகலாயப் படையை மறைந்திருந்து தந்திரமாகத் தாக்கும் கெரில்லா போர் முறையில் சிறந்து விளங்கினார். இது போன்ற அதிரடித் தாக்குதல் முறையைக் கையாண்டுதான் 1663 ஏப்ரலில் குறைந்த எண்ணிக்கையிலான வீரர்களுடன் ஔரங்கசீப்பின் மாமா ஷயஸ்டா கான் அரண்மனையை முற்றுகையிட்டு அவரது பல மனைவிகளையும் மகனையும் சிவாஜி கொன்று குவித்தார் என்று பார்த்தோம்.

1664 ஜனவரியில் இரண்டு லட்சத்துக்கும் அதிகமான மக்கள் தொகை கொண்ட மேற்குக் கடற்கரையிலுள்ள பரபரப்பான துறைமுக நகரான சூரத்தை முற்றுகையிட்டுப் பல நாள்கள் கொள்ளை அடிக்க, பொறுப்பிலிருந்த முகலாய ஆளுநர் உயிருக்கு பயந்து அருகிலிருந்த கோட்டைக்குள் ஒளிந்து கொண்டார்.

கடுமையான பாதுகாப்பு வளையங்களையும் தாண்டி சிவாஜி மேற்கொண்ட கெரில்லா தாக்குதல்களால் அவமானத்தின் விளிம்புக்குச் சென்ற ஔரங்கசீப் பொறுக்க முடியாமல் சிவாஜியைத் தோற்கடிக்க மிர்ஸா ராஜா ஜெய்சிங்கை அனுப்பி வைத்தார். கச்சாவாகா ராஜபுத்திரர்களின் தலைவரும், இந்து மதத்தைச் சேர்ந்தவருமான ஜெய்சிங், முகலாய வாரிசுப் போரில் ஔரங்கசீப்பை ஆதரித்த முக்கியமான ராஜபுத்திரர்களுள் ஒருவராவார்.

புரந்தர் மலைக் கோட்டையை இரு மாத காலம் இடைவெளி இன்றித் தொடர்ந்து ஜெய்சிங் முற்றுகை இடவே வேறு வழியின்றி சிவாஜி சரணடைந்தார். கைப்பற்றிய நிலங்களையும், கோட்டைகளையும் திரும்ப ஒப்படைப்பது, முகலாய சாம்ராஜ்யத்துக்குக் கப்பம் கட்டுவது ஆகியவற்றுடன் முகலாயர்களுக்கு ஆதரவாகப் போரிடவும் சிவாஜி ஒப்புக் கொண்டார். ஒத்துழைப்பது மற்றும் பணிந்து போவதுபோல் சிவாஜி வெளியே காட்டிக் கொண்டாலும், முகலாயர்களுக்கு எதிரான அவரது எதிர்ப்பு நீறு பூத்த நெருப்பாகக் கனன்று கொண்டிருந்தது.

• • •

1666 மே மாதம் ஔரங்கசீப்பின் அரண்மனைக்கு வந்த சிவாஜி அவரை வணங்கிப் பரிசுகள் வழங்கினார். எதிரியாக இருந்து சமீபத்தில் நேசக் கரம் நீட்டியவர் மேற்கொள்ளும் வழக்கமான நடைமுறைதான் என்றாலும் நல்லுறவு நீண்ட காலம் நீடிக்கவில்லை. ஔரங்கசீப்பும் சிவாஜியும் நேருக்கு நேர் சந்தித்துக்

கொண்ட ஒரே நிகழ்வு இது மட்டுமே என்பதை அக்கால வரலாற்று ஆசிரியர்கள் பதிவு செய்தாலும், கருத்துகள் வெவ்வேறாக உள்ளன. இருப்பினும் பெரும்பான்மை வரலாற்று ஆசிரியர்கள் சிவாஜி மனத்தளவில் வருத்தமடைந்தார் என்பதில் ஒத்திருக்கின்றனர்.

ஔரங்கசீப் தன்னை முறையாக வரவேற்காததாலும் உரிய மரியாதையைத் தராததுடன், சாதாரண பதவியிலிருக்கும் அதிகாரிகளுடன் தன்னை நிற்க வைத்ததாலும், அவையில் கோபத்துடன் கொந்தளித்தார். காஃபி கான் என்னும் வரலாற்று ஆசிரியர் 'அடிபட்ட மிருகத்தைப்போல் உறுமிக் கொண்டே தரையில் விழுந்தார்' என்றும், பீம்சேன் சாக்ஸேனா என்னும் மற்றொரு வரலாற்று ஆசிரியர் 'அர்த்தமில்லாமல் கத்திக் கொண்டும், அபத்தமாகப் பேசிக் கொண்டு பைத்தியம் பிடித்தது போல்' நடந்து கொண்டார் என்றும் பதிவு செய்துள்ளனர். சக்ரவர்த்தியைச் சந்திக்கும் போது கடைப்பிடிக்க வேண்டிய மரபுசார்ந்த நெறிமுறைகளை மீறியதால், சிவாஜியை அவையில் இருந்து வெளியேற்றியதுடன் வீட்டுக் காவலில் சிறை வைக்கவும் ஔரங்கசீப் உத்தரவிட்டார்.

ஆக்ராவில் சிறை வைக்கப்பட்ட சிவாஜி தனது ஒன்பது வயது மகன் சம்பாஜியுடன் எப்படியோ தப்பித்தார். காவல் அதிகாரிகளுக்கு லஞ்சம் கொடுத்தார் என்றும், பிராமணர்களுக்கு உணவு வழங்க எடுத்துச் செல்லும் பெரிய கூடைக்குள் ஒளிந்து கொண்டு தப்பித்தனர் என்றும் பல சுவாரஸ்யமான கதைகள் புனையப்பட்டன. முகலாய சாம்ராஜ்ய எல்லையைக் கடக்கும் வரை சிவாஜி சந்நியாசியைப் போலவும், அவரது மகன் சம்பாஜி பிராமணப் பெண் போலவும் மாறுவேடத்தில் அலைந்தனர் என்கிறார் ஒரு வரலாற்று ஆசிரியர். ஊர் திரும்பியவுடன் சில ஆண்டுகளுக்கு முன்பு சரணடைந்த போது ஒப்படைத்த கோட்டைகளை மீட்டெடுக்க 1669இல் மீண்டும் முகலாயர்கள் மீது கடுமையான தாக்குதல்களைத் தொடங்கினார்.

இருவருக்கும் இடையேயான நல்லுறவு முறிந்து போனதற்குத் துல்லியமான விவரங்கள் கிடைத்தாலும், முகலாய நட்பு வட்டத்துக்குள் சிவாஜியைக் கொண்டு வரும் முனைவில் ஔரங்கசீப் தோற்றுப் போனார் என்று சொல்லியே ஆக வேண்டும். பல தலைமுறைகளாக முகலாய உயர் பதவிகளில் ராஜபுத்திரர்கள் இடம் பெற்ற நிலையில் இத்தோல்வி சற்று ஆச்சரியத்தையே ஏற்படுத்தும்.

இந்துக்கள் அனைவரையும் ஒன்றாகப் பட்டியலிட்டு ஒருசேரக் கருதினால், ஔரங்கசீப் அரசவையில் சிவாஜி நடந்து கொண்ட விதம் குறித்த முக்கிய வேறுபாடுகளின் விளக்கத்தை நம்மால் தெரிந்து கொள்ள முடியாமல் போகும். அக்கால ராஜபுத்திரர்கள் சிவாஜியை அநாகரிகமாகவும், அருவெறுக்கத்தக்க முறையிலும் நடந்து கொண்ட அற்பனாகவே பார்த்தனர். முகலாயர்கள் சிவாஜியை நன்நடத்தைக் குறைபாடு உள்ளவராகவே கருதினர். பெரும்பான்மை ராஜபுத்திரர்களைப் போலன்றி, சிவாஜி பாரசீக அரசவைக் கலாசாரம் பற்றி அதிகம் அறிந்திருக்கவில்லை என்பதே நிஜம்.

பீஜாபூர் அடில் ஷா பரம்பரையைச் சேர்ந்த மன்னரிடம் சிவாஜியின் தந்தை அதிகாரியாக உயர் பொறுப்பு வகித்தாலும், சிவாஜியை வளர்த்தது, அரசவை நடவடிக்கைகள் மற்றும் மரபுகள் பற்றி ஏதும் அறியாத அவரது தாயார் ஜீஜாபாய்தான். இந்தப் பின்னணியுடன், தனது படைவீரர்களின் திறமை மற்றும் புத்திசாலித்தனம் மீது வைத்திருந்த அசாத்திய நம்பிக்கை காரணமாகவும், பெரும்பான்மை ராஜபுத்திரர்களைப் போல் முகலாய அரசில் உயர் பதவி வகிக்காமல் ஔரங்கசீப்பை எதிர்க்கத் துணிந்தார் சிவாஜி.

• • •

தப்பி வந்த சிவாஜி மீண்டும் கிளர்ச்சியிலும் அதிரடித் தாக்குதல் களிலும் ஈடுபட்டதால் முகலாயர்கள் பெருத்த அழிவைச் சந்தித்தனர். 1670 தொடங்கி சூரத் உள்ளிட்ட செழிப்பான பகுதிகளை சிவாஜி தொடர்ந்து கொள்ளையடித்தார். அடுத்த நான்கு ஆண்டுகளில் முகலாயர்கள் வலுவாக இருந்த கந்தேஷ், பெரார், பெக்ளான் உள்ளிட்ட வடக்கு மராட்டியப் பகுதிகளை சிவாஜி தாக்கிய போது, அவர்களுக்குத் துணையாக வந்த பீஜாபூர் படைகளின் எதிர்ப்பையும் சந்தித்தார். அப்போது ஔரங்கசீப் சாம்ராஜ்யத்தின் வடமேற்கு மலைப் பிராந்தியங்களில் கிளர்ச்சியில் ஈடுபட்டுக் கொண்டிருந்த பதான் மலைவாழ் மக்களை ஒடுக்குவதில் கவனம் செலுத்திக் கொண்டிருந்தார்.

1674 ஜூனில் கைபர் கணவாய் அருகேயுள்ள மலைப் பகுதிகளில் அஃப்ரிதி பழங்குடியினரின் படைகளுடன் ஔரங்கசீப் போரிட்டுக் கொண்டிருந்தார். இந்த வாய்ப்பைப் பயன்படுத்திக் கொண்டு, மேற்கு மலைத்தொடர் மற்றும் கொங்கன் கடற்கரைப் பகுதிகளை உள்ளடக்கிய மராட்டிய ராஜ்யத்தின் மன்னனாக அல்லது சத்ரபதியாக சிவாஜி தனக்குத் தானே முடிசூட்டிக் கொண்டார்.

அடுத்த ஆறு ஆண்டுகள் மராட்டிய ராஜ்ய எல்லைகளை விரிவுபடுத்துவதில் கவனம் செலுத்தினார்.

இந்தோ-பாரசீக மொழிகளில் எழுதப்படவிருந்த அரசியல் விதிமுறைகளைச் சமஸ்கிருத மொழியில் எழுத உத்தரவிட்டார். உதாரணத்துக்கு 1677இல் இந்தோ-பாரசீக மொழியில் தொகுக்கப்பட்ட 1500க்கும் அதிகமான அரசு நிர்வாகச் சொற்களை 'ராஜவ்யவாஹரகோஷா' (Lexicon of Royal Institutes) என்ற பெயரில் சமஸ்கிருதத்தில் மொழிபெயர்க்க நிதி உதவி வழங்கினார். இப்பணி சிவாஜியின் மேதாவித் தனத்தை வெளிப் படுத்துவதுபோல் தோன்றினாலும், உண்மையில் முகலாய ஆட்சிக் கலாசாரத்தை அழிக்க விரும்பிய சிவாஜியின் விருப்பத்துக்கு உதவியது. சிவாஜியின் பிற்கால ஆட்சியில் அதிகாரப்பூர்வ மராட்டிய ஆவணங்கள் அனைத்திலும் சமஸ்கிருதச் சொற்களின் பயன்பாடு கணிசமாக அதிகரிக்கத் தொடங்கியது.

1678 தொடங்கி சிவாஜிக்கு நோய்க்கான அறிகுறிகள் தென்பட்டன. அடுத்த இரு ஆண்டுகளில் நோய் தீவிரமடைந்து 1680இல் மரணத்தைத் தழுவினார். சிவாஜியின் மரணத்தைத் தொடர்ந்து பல்வேறு வதந்திகள் உலா வந்தன. சிவாஜியின் முதல் மனைவியின் மகன் சம்பாஜி ஆட்சிக்கு வருவதைத் தடுக்கவும், தனது பத்து வயது மகன் ராஜாராம் மன்னனாக முடிசூட்டிக் கொள்ளவும், சிவாஜியின் இரண்டாவது மனைவி சொரயாபாயே கணவன் சிவாஜிக்கு விஷம் வைத்துக் கொன்றாள் என்ற அளவில் வதந்தி பரவியது. இந்த வதந்தி பொய் என்றாலும், சம்பாஜிக்கும் ராஜாராமுக்கும் இடையே வாரிசுப் போட்டி நடைபெற்றது உண்மையே. இருப்பினும் சம்பாஜியே வாரிசுப் போட்டியில் வென்று சிவாஜிக்குப் பிறகு அரியணை ஏறியதுடன், தக்காணத்தில் முகலாயர்களுக்கு எதிரான போரைத் தொடர்ந்து முன்னெடுத்தும் சென்றார்.

• • •

நேருக்கு நேர் சிவாஜியும் ஔரங்கசீப்பும் 1666இல் அரசவையில் ஒரேயொரு முறை மட்டுமே சந்தித்தனர் என்றாலும் இருவரும் பரஸ்பரம் ஒருவரை ஒருவர் வெறுத்தனர். சிவாஜியின் அரசவைக் கவிஞர்களுள் ஒருவரான பூஷண் என்பவர் ஔரங்கசீப்பை ராமாயண இதிகாசத்தில் எப்போதும் தூங்கிக் கொண்டும், சாப்பிட்டுக் கொண்டும் இருக்கும் அரக்கன் கும்பகர்ணனுடன் ஒப்பிட்டுக் கேவலப்படுத்தினார்.

பதிலடியாக சிவாஜியை 'மலை எலி' என்று ஔரங்கசீப் பழிக்க, முகலாயர்களோ சிவாஜி என்ற பெயரிலுள்ள 'ஜி' என்னும் எழுத்தை நீக்கிவிட்டு மரியாதையின்றி 'சிவா' என்று அழைத்து மட்டம் தட்டினார்கள். ஔரங்கசீப்பின் ஆட்சிக் காலத்திலிருந்த பதினெட்டாம் நூற்றாண்டைச் சேர்ந்த இஸ்லாமிய வரலாற்று ஆசிரியர் ஒருவர் சிவாஜியின் மரணத்தை நயமும் நாகரிகமுமின்றி 'இஸ்லாத்தை நம்பாத காஃபிர் நரகத்துக்குச் சென்றார்' என்று பதிவு செய்தார்.

தந்திரங்கள் மற்றும் கூட்டணிகளை மாற்றிக்கொள்ள வசதியாகக் கட்டுப்பாடற்ற ஆற்றலைப் பெறுவதற்கான அதீத ஆசை காரண மாகவே முகலாயர்கள் – மராட்டியர்கள் மோதல் உருவானது. பீஜாபூர், கோல்கொண்டா உள்ளிட்ட ஏராளமான இஸ்லாமிய ராஜ்யங்களுடனும் வசதிப்பட்டால் முகலாயர்களுடனும் சிவாஜி கூட்டணி வைத்துக்கொள்ளத் தயங்கவில்லை. (தனக்குச் சாதகமாக இல்லாத காரணத்தால் தென் இந்திய இந்து ராஜ்யங்களைப் பகைத்துக் கொண்டார்). தனது ராணுவத்தில் சேர இஸ்லாமியர்களுக்கும் அழைப்பு விடுத்தார். 'காஜி' என்றழைக்கப்படும் முஸ்லிம் நீதிபதிகளும் சிவாஜியின் சம்பளப் பட்டியலில் இடம் பெற்றிருந்தார்கள். முன்னணி தளபதிகளாக சில முஸ்லிம்களும் இருந்தனர். முகலாயர்களின் கூட்டணியும் சாம்ராஜ்யத்தின் ராணுவமும் இதேபோல் மாறுபட்டிருந்தது. ஏற்கெனவே கூறியபடி சிவாஜியை புரந்தர் என்னும் இடத்தில் முற்றுகையிட ஜெய்சிங் என்னும் இந்துவை ஔரங்கசீப் அனுப்பினார்.

முஸ்லிம் கொடுங்கோன்மையை எதிர்ப்பதால், முகலாய ஆட்சியை எதிர்த்த ராஜபுத்திரர்களும் மராட்டியர்களும் தங்களைத் தாங்களே 'இந்துக்களாக' கருதிக் கொண்டனர். இந்த மோதலை மத ரீதியான சொல்லாட்சியுடன் விமர்சிக்க எந்தவொரு முகலாய மற்றும் மராட்டிய எழுத்தாளரும் பின்னாளில் கூச்சப்படவில்லை. ஆனால் உண்மையில் அரசியல் அதிகார வேட்கையே ஔரங்கசீப் ஆட்சிக்கும் முகலாயர்களுக்கும் எதிராக மேற்கூறிய இருவரையும் தூண்டியது.

5

தார்மீக மனிதர் மற்றும் தலைவர்

பக்தி மற்றும் சக்தி

சக்ரவர்த்தி (ஔரங்கசீப்) ஒரு பிரார்த்தனையை எழுதி அதை வெள்ளம் பெருக்கெடுத்து ஓடும் ஆற்றில் வீசி எறிந்தார். உடனே வெள்ள நீர் வடியத் தொடங்கியது. கடவுள்மீது பக்தி கொண்ட சக்ரவர்த்தியின் பிரார்த்தனையை கடவுள் ஏற்றுக் கொள்ள, உலகம் மீண்டும் உருவானது

– பீம்சேன் சாக்சேனா, ஔரங்கசீப்பின் ராணுவத்தில் பணியாற்றிய இந்து படைவீரன், பாரசீக மொழியில் எழுதியது

ஏனைய முகலாய மன்னர்களைப் போலவே, ஔரங்கசீப்பும் இஸ்லாமியராகப் பிறந்து, தனது பரம்பரை மத சம்பிரதாயங்களை வாழ்நாள் முழுவதும் கடைப்பிடித்தார். மறைந்து பல நூறு ஆண்டுகளான மன்னர்களின் ஆழ்மனத்திலுள்ள எண்ணங்களை அறிவது முடியாத விஷயமாகும். ஆனால் ஔரங்கசீப்பின் நடவடிக்கைகளின் அடிப்படையில் பார்த்தால், சாம்ராஜ்யத்தின் முந்தைய மன்னர்களை விடவும் அவர் பக்திமானாகவும், மூதாதையர்களைக் காட்டிலும் இறை வழிபாட்டில் முறை யாகவும், தீவிரமாகவும் இருந்துள்ளார். முகலாய குடும்பத்தில் பல ஆண்களின் மரணத்துக்குக் காரணமான மதுபானம் மற்றும் ஓபியம் உள்ளிட்ட போதைப் பொருள்களிலிருந்து அறவே விலகி இருந்தார். 1660இல் இஸ்லாமியரின் புனித நூலான குரானை முழுவதுமாக மனனம் செய்திருந்தார். பிற்காலத்தில் தொழுகைக்கான தொப்பிகளைத் தானே தைத்ததுடன், குரான்

முழுவதையும் தானே எழுதிப் பிரதி எடுத்தார். இவ்விரு செயல்களுமே பக்தியின் மீது அவருக்கிருந்த நாட்டத்துக்குச் சான்றாக உள்ளன.

மதம் தொடர்பான அணுகுமுறையில் ஔரங்கசீப் கடுமையாக இருக்கவில்லை. மாறாக முந்தைய முகலாய மன்னர்களைப் போலவே வாழ்நாள் முழுவதும் பிரபல இந்து மதத் தலைவர் களின் ஆலோசனையைக் கேட்டறிந்தார். உதாரணத்துக்கு, 1680இல் பைராகி இந்து சிவா மங்கள்தாஸ் மகராஜுடன் மதம் தொடர்பான கலந்துரையாடல்களில் ஈடுபட்டதுடன் அத்துறவிக்கு ஏராளமான பரிசுகளையும் வழங்கிக் கௌரவித்தார். அதே சமயம் பல்லாண்டுப் பாரம்பரியப் பெருமை கொண்ட இஸ்லாமிய சூஃபி சமூகங்களுடனும் ஔரங்கசீப் கொண்டிருந்த வலுவான தொடர்புகளுக்கு, மராட்டிய மாநிலம் சிஷ்டி வழிபாட்டுத் தலத்திலுள்ள அவரது சமாதியே சான்றாக விளங்குகிறது.

ராஜஸ்தான் அஜ்மீரிலுள்ள மியூனிதீன் சிஷ்டி (இறப்பு 1236) வழிபாட்டுத் தலத்துக்கு 1680இல் ஔரங்கசீப் தனது இரு மகன்களுடன் வருகை தந்ததைச் சித்தரிக்கும் ஓவியத்தை இன்றைக்கும் காணலாம். ஔரங்கசீப்பைப் பொருத்தவரை இஸ்லாத்தில் மந்திர சக்திகளுக்கும் இடம் உண்டு. உதாரணத்துக்குப் போர்க்களத்தில் படை வீரர்கள் ஏந்தும் கொடிகளிலும், பதாகைகளிலும், பிரார்த்தனைகளை எழுதித் தைத்தால் வெற்றி நிச்சயம் என்று நம்பி அவ்வாறே செய்ய வீரர்களுக்கு உத்தரவிடுவார்.

தனக்கும் மற்றவர்களுக்கும் பயனளிக்கும் வகையில் சில நேரங்களில் ஔரங்கசீப் பொது வெளியில் தனது பக்தியை வெளிப்படுத்துவார். பெருக்கெடுத்து ஓடும் ஆற்றில் பிரார்த்தனையை எழுதி ஔரங்கசீப் வீசியெறிய வெள்ளம் படிப்படியாக வடியத் தொடங்கியது என்கிறார் பீம்சேன் சாக்ஸேனா. மற்றொரு தருணம் கடுமையான போர் நடைபெற்றுக் கொண்டிருந்த போது குதிரையிலிருந்து திடீரென ஔரங்கசீப் கீழிறங்கித் தனது பக்தியை வெளிப்படுத்தக் களத்திலேயே தொழுகை நடத்தத் தொடங்கினார். இச்செய்கை கடவுள் நம்பக்கம் இருக்கிறார் என்ற நம்பிக்கையையும் ஊக்கத்தையும் படை வீரர்களுக்கு அளித்தது என்கிறார் மற்றொரு வரலாற்று ஆசிரியர். நல்ல முஸ்லிமாக இருப்பதுடன், அவ்வாறே காட்சிப் படுத்திக் கொள்ளவும் ஔரங்கசீப் விரும்பினார்.

முஸ்லிம் மன்னராக விளங்கிய காரணத்தால் நீதி வழங்குவதிலும் குடிமக்களைக் காப்பதிலும் ஔரங்கசீப்பின் மதக் கொள்கைகள் உறுதுணையாக இருந்தன. தனது பேரன் அஜிமுஷானுக்கு எழுதிய கடிதத்தில் 'குடிமக்களைக் காப்பாற்றுவது இந்த உலகின் சந்தோஷத்துக்கான ஆதாரம் என்பதைக் கருத்தில் கொள்ள வேண்டும்' என்றார். ஆனால் சக்ரவர்த்தியின் இஸ்லாம் தொடர்பான பொது உறவு பல்வேறு தொடர் பிரச்னைகளுக்கே வழிவகுத்தன. இரண்டுக்கும் இடையே மோதல் உருவானபோது, ஔரங்கசீப் எடுத்த முடிவுகள் அவருக்குக் கவலை அளித்தாலும், நாட்டு நலன்களுக்காக மதக் கடமைகளைத் தியாகம் செய்தார்.

• • •

தந்தை ஷாஜஹானை மன்னர் பதவியிலிருந்து நீக்கி கிட்டத்தட்ட பத்தாண்டுகள சிறையில் அடைத்தபோது ஔரங்கசீப் இஸ்லாமியச் சட்டங்களை மீறினார். நான் ஏற்கெனவே கூறியபடி ஷாஜஹான் உயிருடன் இருக்கும்போதே தன்னை இந்துஸ்தானத்தின் சட்டப்பூர்வ மன்னராக அங்கீகரிக்கும்படி ஔரங்கசீப் வேண்டுகோள் விடுத்த போது மெக்காவின் ஷெரீஃப் அவரது வேண்டுகோளை நிராகரித்துத் தீர்ப்பளித்தார். இருப்பினும் மெக்காவின் ஷெரீஃப் மனத்தை மாற்றித் தன்னை அங்கீகரிக்க ஔரங்கசீப்பும் தொடர்ந்து கோரிக்கை வைப்பதை நிறுத்தவில்லை. இதன் மூலம் முஸ்லிம் மதத் தலைவர்களின் அங்கீகாரம் கிடைக்காதது முகலாய சக்ரவர்த்தியைப் பெரிதும் பாதித்தது தெளிவாகிறது. 1666இல் ஷாஜஹான் மறைந்த போது இப்பிரச்னை தானாகவே முடிவுக்கு வந்தாலும், இடைப்பட்ட ஏழரை ஆண்டு காலம் இஸ்லாமியக் கொள்கைகளுக்கு எதிராக ஔரங்கசீப் ஆட்சியில் இருந்தது அவருக்குப் பாதகமான விளைவையே ஏற்படுத்தியது.

பின்னாளில் மது உள்ளிட்ட போதை வஸ்துக்களை ஔரங்கசீப் முற்றிலுமாகப் புறக்கணிக்கக் காரணம் தந்தைக்கு எதிராக அவர் இழைத்த பாவங்களுக்கு மன்னிப்புக் கோரும் தவச் செயல் என்கிறார் ஐரோப்பியப் பயண எழுத்தாளர் ஒருவர். இந்தக் கணிப்பு துல்லியமாக இருக்கும் பட்சத்தில், சட்டத்துக்குப் புறம்பாக ஆட்சி செய்யும் முஸ்லிம் மன்னர் என்ற முத்திரையே ஔரங்கசீப் பக்திமானாக மாறத் தூண்டியிருக்க வேண்டும். புனித குரானை முழுவதும் மனப்பாடம் செய்வது கையெழுத்துப் பிரதியாகப் பதிவு செய்வது உள்ளிட்ட இஸ்லாம் மீதான அவரது வெளிப்படையான நாட்டம், பதவிக்கு வந்த பிறகு மேலும்

தீவிரமானது. ஔரங்கசீப்பின் அரச அனுபவங்கள் மத வாழ்க்கையில் மாற்றங்களை ஏற்படுத்த ஊக்கமளித்ததுபோல், அவரது மதவாதம் நாட்டின் கொள்கை உருவாக்கத்தில் எந்தப் பங்களிப்பையும் வழங்கவில்லை.

ஔர்ங்கசீப்பின் ஆட்சியில் இஸ்லாமிய மதக் கோட்பாடுகளுக்கும் முகலாய நாட்டு நலன்களுக்கும் இடையே பல்வேறு மோதல்கள் நடைபெற்றன. ஆனால் ஔரங்கசீப் பிந்தியதற்கே எப்போதும் ஆதரவை வழங்கினார். உதாரணத்துக்கு 1686இல் பீஜாபூர் மீது போர் தொடுத்தபோது, பீஜாபூர் இஸ்லாமிய இறையியலாளர்கள் குழு ஔரங்கசீப்பைச் சந்தித்து, சொந்த இனமான முஸ்லிம்களின் மீதே தாக்குதல் நடத்துவது நியாயமில்லை என்றும் உடனடியாக முற்றுகையை நிறுத்த வேண்டும் என்றும் கோரிக்கை வைத்தனர். ஆனால் ஔரங்கசீப் சற்றும் அசைந்து கொடுக்காமல் தனது மிருகத்தனமான தந்திரங்கள் மூலம் பீஜாபூரை வீழ்த்தினார். ஓவியங்கள் இஸ்லாமிய உருவ வழிபாட்டுக்கு எதிரானவை என்பதால், கடுமையான நடவடிக்கை மூலம் முகலாய இறையியல் நீதியை மீண்டும் வலியுறுத்த, பீஜாபூர் அரண்மனை சுவர் ஓவியங்கள் சிலவற்றை அழிக்கவும் உத்தரவிட்டார்.

சாம்ராஜ்ய நலன்களுக்கு உகந்தவை என்று கருதும் பட்சத்தில், ஏற்கெனவே ஒப்புதல் அளித்த இஸ்லாமியக் கொள்கைகளுடன் சமரசம் செய்து கொள்ளவும் ஔரங்கசீப் தயங்கவில்லை. உதாரணத்துக்கு 1700இல் இஸ்லாமியப் படை வீரர்கள் மராட்டியர்கள் வலுவாக இருந்த சதாரா கோட்டையை முற்றுகையிட்டு 9 இந்துக்களையும் 4 முஸ்லிம்களையும் கைது செய்தனர். ஔரங்கசீப் ஆதரவில் வெளியான ஃபத்வா-இ-ஆலம்கீரி என்னும் சட்டப் புத்தக வழிகாட்டுதலின்படி முகலாய நீதிபதி கைதான முஸ்லிம்களுக்கு மூன்றாண்டு சிறை தண்டனையும், இஸ்லாத்துக்கு மதம் மாறினால் இந்துக்களுக்கு விடுதலை என்றும் தீர்ப்பு வழங்கினார். ஆனால் முகலாய நீதிபதியின் மென்மையான அணுகுமுறை ஔரங்கசீப்புக்குத் திருப்தி அளிக்காததால் ‘ராஜ்யத்தின் மீதான அதிகாரத்தை இழக்காமல் வழக்கை விசாரித்து வேறு வகையில் தீர்ப்பு வழங்குமாறு’ நீதிபதிக்கு உத்தரவிட்டார். சூரிய அஸ்தமனத்துக்குள் கைதான அனைவருக்கும் மரண தண்டனை நிறைவேற்றப்பட்டது.

• • •

தனக்கு வசதிப்படும் பட்சத்தில் மத மனவுறுத்தல்களைப் புறக்கணிக்கும் ஔரங்கசீப்பின் விருப்பத்துக்கு இஸ்லாம் மதத்தின் கற்றறிந்த உல்மாக்கள் கண்ணை மூடிக் கொண்டு ஆதரவளிக்கவில்லை. எனவே முந்தைய முகலாய மன்னர்களை போலவே ஆட்சிக் காலம் முழுவதும் ஔரங்கசீப்புக்கும், உல்மாக்களுக்கும், குறிப்பாக நீதிபதிகளாகப் பதவி வகிக்கும் காஜிகளுக்கும் இடையே அடிக்கடி மோதல் இருந்து கொண்டேயிருந்தது.

முன்பு பதவியில் இருந்த தலைமை காஜி, ஷாஜஹானைப் பதவியிலிருந்து நீக்கிய பாவத்தை மன்னிக்காததால், ஆட்சியில் அமர்ந்தவுடன் அவரை அகற்றிவிட்டு, புதிய தலைமைக் காஜியாக அப்துல் வகாப் என்பவரை நியமித்தார். பல பத்தாண்டுகள் கழித்து அப்துல் வகாப் மகன் ஷயாக்-அல்-இஸ்லாம் காஜியாக அமர்த்தப்பட்டார். ஆனால் பீஜாபூர் மற்றும் கோல்கொண்டா ஆகிய இஸ்லாமிய அரசுகளைக் கவிழ்க்க முகலாய சாம்ராஜ்யம் நடத்திய தாக்குதலில் பல முஸ்லிம்கள் கொல்லப்பட்டதால், ஔரங்கசீப்பின் நடவடிக்கைகளுக்குக் காஜி ஷயாக்-அல்-இஸ்லாம் ஒப்புதல் அளிக்க மறுக்கவே அவருடனான உறவும் பாதிக்கப்பட்டது. தனக்கு இணக்கமாகத் தலைமை காஜி செயல்படாத காரணத்தால் பதவியை ராஜிநாமா செய்ய நிர்பந்திக்கப்பட்டார். அவரும் பதவி விலகி மெக்காவுக்கு ஹஜ் பயணம் மேற்கொண்டார். சாம்ராஜ்யத்தின் விருப்பத்துக்கு இணக்கமாகச் செயல்படாதவர்களைப் பதவி விலக நிர்பந்தப் படுத்தி, மெக்காவுக்கு ஹஜ் பயணம் மேற்கொள்ள வைப்பது அக்கால முகலாய வழக்கமாகும்.

அக்பர் காலத்தில் முகலாய ஆட்சி அதிகாரத்தில் உல்மாக்கள் முக்கியப் பங்களித்தனர். இருப்பினும் மன இறுக்கத்துடனும் பதற்றமாகவும் காணப்பட்ட இவர்களில் சிலரைக் கிண்டலடித்ததுடன், கருத்துகளை உரத்த குரலில் வெளிப் படையாகப் பேசிய சில உல்மாக்களை நாட்டை விட்டும் அக்பர் வெளியேற்றினார். அக்பரைப் போலவே ஔரங்கசீப்பும் தன்னுடன் ஒத்துப் போகாமல் பிரச்னை தரும் உல்மாக்களை பதவியிலிருந்து நீக்கினார். குறிப்பாக ஷாஜஹானுக்குப் பதிலாக சாம்ராஜ்யத்தின் சக்ரவர்த்தியாக முடிசூட்டிக் கொண்ட ஔரங்கசீப்பின் செயலுக்குத் தலைமை காஜி ஒப்புதல் அளிக்காததால் அவரைப் பதவியிலிருந்து நீக்கிவிட்டுத் தனக்கு இணக்கமானவரைக் காஜியாக நியமித்தார். ஆனால் வாய்ப்புக்

அஜ்மீரில் உள்ள முயினுதீன் சிஷ்டியின் ஆலயத்தில்
பேரரசர் ஔரங்கசீப்

(c. early eighteenth century. Mead Art Museum, Amherst College.
Gift of Dr. and Mrs. Frank L. Babbott (class of 1913), AC 1963.4)

கிடைக்கும் போது உல்மாக்களைச் சமாதானப்படுத்தும் வகையில் அவர்களின் வருமானத்துக்கும் ஏற்பாடு செய்தார்.

ஃபத்வா-இ-ஆலம்கீரி சட்டப் புத்தகத்தை எழுதி முடிக்க ஔரங்கசீப் படித்த முஸ்லிம்கள் பலரை 1667-1675 வரை எட்டு ஆண்டுகள் பணியமர்த்தி ஊதியம் வழங்கினார். ஔரங்கசீப்பின் ஆட்சியில் உல்மாக்கள் தணிக்கை அதிகாரிகளாகவும் ஜிஸ்யா வரி வசூலிப்பவர்களாகவும் வேலை பார்த்தனர். இஸ்லாமிய சட்டத்தில் 'ஜிஸ்யா' வரி என்பது முகலாய அரசின் கீழ் வாழும் முஸ்லிம் அல்லாத குடிமக்கள் மீது விதிகப்பட்ட வரியாகும். 1679 தொடங்கி முகலாய ராணுவத்தில் பணியாற்றும் ராஜபுத்திர, மராட்டிய அரசு அதிகாரிகள் மற்றும் பிராமண மதத் தலைவர்கள் தவிர்த்து சமணர்கள், சீக்கியர்கள் மற்றும் ஏனைய முஸ்லிம் அல்லாத மக்களின் மீது ஜிஸ்யா வரி விதிக்கப்பட்டது. முகலாய ஆட்சியில் கடந்த 100 ஆண்டுகளாக விதிக்கப்படாதிருந்த ஜிஸ்யா வரிக்கு ஔரங்கசீப் மீண்டும் புத்துயிர் தந்து, உல்மாக்களுக்கு வரி வசூலிக்கும் வேலையை வழங்கினார். இதன் மூலம் இஸ்லாமியக் கொள்கைகளைக் கடைப்பிடிக்கவில்லை என்று உல்மாக்கள் மத்தியில் நிலவிய அதிருப்தியை அகற்றவும், மதிப்பை உயர்த்திக் கொள்ளவும், முகலாய சாம்ராஜ்யம் இஸ்லாமிய நாடுதான் என்பதைப் பறைசாற்றவும் ஔரங்கசீப் இம்முடிவை எடுத்தார்.

உயர் பொறுப்பிலிருந்த அதிகாரிகளும் முக்கியமான முஸ்லிம்களும், ஔரங்கசீப்பின் மூத்த சகோதரி ஜஹனாரா உள்ளிட்ட அரசவைக் குடும்ப உறுப்பினர்களும், ஜிஸ்யா வரி விதிப்பை மோசமான நிர்வாக முடிவு என்று கடுமையாக விமர்சித்தனர். இந்த வரி விதிப்பு காரணமாக பல இந்துக்களும் வருத்தப்பட்டனர். 1652-1680 வரை மேவார் பகுதியை ஆண்ட ராஜபுத்திர மன்னர்களான சிவாஜி அல்லது ராணா ராஜ் சிங், ஜிஸ்யா வரி விதிக்கும் ஔரங்கசீப்பின் முடிவுக்குக் கடுமையான எதிர்ப்பு தெரிவித்துக் கண்டனக் கடிதம் எழுதினார். அக்பரின் காலம் தொட்டு முகலாயக் கொள்கையின் அஸ்திவாரமாக விளங்கும் 'அனைவருடனும் சமாதானம்' என்று பொருள்படும் 'சுல்ஹ்-இல்-குல்' தத்துவத்தை ஜிஸ்யா வரி அவமதிக்கிறது என்று அக்கடிதம் காட்டமாகக் குறிப்பிட்டிருந்தது.

ஜிஸ்யா வரி வசூலிப்பவர்களாக உல்மாக்களை நியமித்ததன் மூலம் அவர்கள் மீது ஆதிக்கம் செலுத்தலாம் என்ற ஔரங்கசீப் எண்ணம் நடைமுறையில் ஈடேறவில்லை. பேராசை கொண்ட வரி வசூலிப்பவர்களின் கைகளைத் தாண்டி அரசு கஜானாவுக்கு

வரிப்பணம் வந்து சேரவே இல்லை என ஜிஸ்யா வரி வசூலிப்பில் நடக்கும் துஷ்பிரயோகம் மற்றும் ஊழல் குறித்து பலர் கண்டனக் குரல் எழுப்பினர். ஆனால் ஔரங்கசீப்பாலும் இந்தத் திருட்டையும் ஊழலையும தடுத்து நிறுத்த முடியவில்லை.

தார்மீகக் காவல்

> ஆட்சி அதிகாரத்தைப் பயன்படுத்தி ஏழைகளை மிரட்டினாலும் மன்னன் அவர்களின் மேய்ப்பனாகச் செயல்பட வேண்டும். மேய்ப்பனுக்காக ஆடுகள் இருப்பதில்லை. மாறாக ஆடுகளுக்குச் சேவை செய்யவே மேய்ப்பன் இருக்கிறான்
>
> – சாடி, குலிஸ்தான்

தனது கொள்கைகளில் சமரசம் செய்து கொள்வதில் ஔரங்கசீப் ஆர்வமாக இருந்தாலும் தனது குடிமக்களுக்கான கடமை உணர்வில் தந்தை வழியையே ஆதரித்தார். ஆட்சியின் கீழ் வாழும் மக்களின் உடல் மற்றும் தார்மீக நலவாழ்வை உறுதிப்படுத்துவது தனது பொறுப்பு என்றும் கருதினார். எனவே தனது குடிமக்கள் தார்மீக வாழ்க்கை வாழ ஊக்குவித்தார். கட்டாயப்படுத்தினார்.

தன்னை நல்லொழுக்கமுள்ள தலைவராக முன்னிறுத்திக் கொள்ள இஸ்லாமிய நீதி நெறிக் கொள்கைகளை ஔரங்கசீப் அமல் படுத்தினார். சாடீயின் குலிஸ்தான் (ரோஜா தோட்டம்) உள்ளிட்ட பாரசீக நெறிமுறை நூல்களில் சுட்டிக் காட்டப்படும் மன்னர்களின் மோசமான கொள்கைகளின் அடிப்படையில் அவரது தந்தைவழிப் போக்குகளும் வடிவமைக்கப்பட்டிருந்தன. இவை பேரரசர்கள் சிறப்பாக ஆட்சி செய்ய அறிவுறுத்தினாலும், பெரும்பாலான வர்கள் கொடுங்கோலர்கள் என்றே தெரிவிக்கிறது. இருப்பினும் இந்துக்கள் மற்றும் முஸ்லிம்களின் நடவடிக்கைகளை ஔரங்கசீப் சமமாகவே ஒழுங்குபடுத்தினார் என்பதும் குறிப்பிடத்தக்கது. பெரும்பாலான தருணங்களில் மத வேறுபாடின்றித் தனது குடிமக்களுக்கு ஒரே மாதிரியான நடத்தை விதிகளை நடை முறைப்படுத்தினார். சில தருணங்களில் குறிப்பிட்ட ஒரு மதத்தின் பிரச்னைகளுக்கு மட்டும் பிரத்தியேகத் தீர்வு கண்டாலும், ஒத்த கொள்கைகளையே அனைவருக்கும் பொதுவாக அமல் படுத்தினார்.

முகலாய இந்தியாவில் வாழும் மக்களிடையே நீதி நெறிகளைப் பரப்ப அரசுக் கொள்கைகளில் பொதுவாகத் தடைகளையும் கட்டுப்பாடுகளையும் அதிக எண்ணிக்கையில் ஔரங்கசீப் அமல்படுத்தினார். தனது ஆட்சியின் பல்வேறு தருணங்களில் மது, போதைப் பொருள்கள், விபசாரம், சூதாட்டம், வெறுப்பையும் வன்முறையையும் தூண்டும் எழுத்துக்கள், மத விழாக்களையும் பண்டிகைகளையும் பொது வெளியில் கொண்டாடுதல் ஆகிய வற்றுக்குத் தடை விதிக்கவும் கட்டுப்படுத்தவும் ஔரங்கசீப் முனைந்தார். ஒழுக்கத்தையும் நீதி நெறியையும் கடுமையாக அமல்படுத்த, ஒவ்வொரு நகரத்திலும் உல்மா பொறுப்பில் நியமிக்கப்பட்ட தணிக்கை அதிகாரிகளுக்கு முழு அதிகாரம் வழங்கினார்.

இத்தகைய கட்டுப்பாடுகளுக்கான நியாயமும் இலக்கும் பொது மற்றும் தனிநபர் நெறிமுறைகளுக்கு ஒன்றேதான். அரசு பாதுகாப்பு தொடர்பான அடிப்படை அக்கறைகளும் சில முன்னேற்பாடுகளுக்கு ஊக்கமளித்தன. பின்னாளில் இவை முகலாய இந்தியாவைக் கொள்கை அளவில் ஒழுக்கமும் பாதுகாப்பும் கொண்ட சாம்ராஜ்யமாக உருவாக்கத் தேவையான கருவிகளாக அமைந்தன. ஔரங்கசீப்பைப் பொருத்தவரை தனது குடிமக்களின் நலவாழ்வைப் பாதுகாக்கத் தேவையான ஒழுக்கமும் நெறிமுறைகளும் அரசு அதிகாரத்துக்கு உட்பட்டவை மற்றும் மன்னனின் கடமை என்றே கருதினார்.

• • •

ஔரங்கசீப் தனது சாம்ராஜ்யம் முழுவதும் பரவியிருந்த மதுபான நுகர்வைக் குறைக்க எடுத்த முனைவுகளே அவரது ஆட்சியில் படுதோல்வி அடைந்த கொள்கைகளுள் குறிப்பிடத்தக்கதாகும். மதுபானம் இஸ்லாத்துக்கு விரோதமானது என்பதால் முகலாய மன்னர்கள் மதுவைத் தவிர்க்க அறிவுறுத்தியதை மத வேற்றுமைகள் கடந்து அனைவரும் பாராட்டினர். உதாரணத்துக்கு சமண முனிவரான சாந்திசந்திரா 1590இல் எழுதிய குறிப்பில் ‘உலகளவில் கட்டாயம் பழிக்கப்பட வேண்டிய மதுபானத்தை அக்பர் தடை செய்தார்’ என்று பதிவு செய்திருந்தார். ஜஹாங்கீர் குடிகாரராக இருந்தபோதும் மதுபானத்தைத் தடை செய்தார். மது மீதான தடை உத்தரவு ஒவ்வொரு முகலாய மன்னரின் ஆட்சியிலும் அடிக்கடி பிறப்பிக்கப்பட்டது என்பதிலிருந்தே இந்த ஆணைக்கு எதிர்பார்த்த பலன் உடனடியாகக் கிடைக்கவில்லை என்பது தெளிவு.

பல்வேறு முரண்கள் இருந்தபோதும் தனது முன்னோர்கள் வழியைப் பின்பற்றிய ஔரங்கசீப், திராட்சைப் பழரச மதுபானம் உள்ளிட்ட ஏனைய மதுபானங்களின் விற்பனையைக் கட்டுப் படுத்த பல்வேறு முனைவுகளை மேற்கொண்டார். ஃப்ரெஞ்ச் பயண எழுத்தாளர் ஃப்ராங்கோயிஸ் பெர்னியர் குறிப்புகளின்படி 'ஜெண்டைல் மற்றும் மொஹமெடன் (இந்து மற்றும் முஸ்லிம்) சட்டங்களின்படி திராட்சைப் பழரச பானம் சம அளவில் தடை செய்யப்பட்ட பொருள்' என்பதால் மிக அரிதாகவே தில்லியில் காணப்பட்டது.

ஆனால் ஔரங்கசீப்பின் இந்தியாவில் மதுபானம் அருந்துவது பரவலாகவே இருந்தது. பதினெட்டாம் நூற்றாண்டு தொடக்கத்தில் ஔரங்கசீப்பின் அரசவையில் இங்கிலாந்து நாட்டின் தூதராக இருந்த வில்லியம் நாரிஸ் '1676 முதல் 1707 வரை முதன்மை அமைச்சராக இருந்த ஆசாத் கான் மற்றும் ஏனைய அமைச்சர்கள் மதுபானப் பிரியர்களாக இருந்தார்கள் என்றும் அது கிடைக்கும் பட்சத்தில் தினமும் அருந்தினார்கள்' என்றும் குறிப்பிட்டுள்ளார். இதன் காரணமாக ஆசாத் கானைச் சம்மதிக்க வைக்க நாரிஸ் அவருக்கு மதுபானத்தையும் கோப்பைகளையும் அனுப்பி வைத்ததாகவும் பதிவு செய்துள்ளார்.

மது பானம் அருந்துவதைத் தனிப்பட்ட முறையில் ஔரங்கசீப் தவிர்த்தாலும், தனது சாம்ராஜ்ய அதிகாரிகள் யாரும் தன்னை முன்னுதாரணமாகக் கொள்ளவில்லை என்பதை அறிந்திருந்தார். தனது சாம்ராஜ்யத்தில் மதுபானம் அருந்ாதவர்கள் இருவர் மட்டுமே என்றும், அவ்விருவர் தானும் (ஔரங்கசீப்) தலைமைக் காஜி அப்துல் வகாப்பும்தான்என்று ஔரங்கசீப் சொன்னதாகப் பயண எழுத்தாளர் நிக்கோலி மனூஸ்ஸி கிண்டலாகவும் கேலியாகவும் குறிப்பிட்டுள்ளார். அப்துல் வகாப்பு எனது மரியாதைக்குரியவர் எனினும் ஔரங்கசீப்பின் இக்கருத்து முற்றிலும் தவறானது. காரணம் அப்துல் வகாபுக்கு 'வினோ' என்னும் மதுபானத்தை நான்தான் தினமும் அனுப்பி வைக்கிறேன். அவரும் மன்னருக்குத் தெரியாமல் இரகசியமாகக் குடித்தார் என்ற உண்மையைப் பகிர்ந்து கொண்டார்.

பல்வேறு தணிக்கைகளையும் தடைகளையும், குறிப்பாக ஓபியம் என்னும் போதைப் பொருளின் தயாரிப்பையும் பயன்பாட்டையும் தடுக்க ஔரங்கசீப் மேற்கொண்ட முயற்சிகள் அனைத்தும் கடைசியில் தோல்வியையே தழுவின.

• • •

மத விடுமுறைக் கொண்டாட்டங்களில் பொது மக்கள் பங்கேற்பை ஔரங்கசீப் கட்டுப்படுத்தியதுடன் சாம்ராஜ்யத்தின் அனைத்து முக்கிய மதங்களின் பண்டிகைக் கொண்டாட்டங் களையும் ஒழுங்குபடுத்தினார். இன்றைய இந்தியர்களைப் போல் அன்றைய இந்தியர்களும் மற்ற மதத்தினரின் பண்டிகைகளை அடிக்கடி கொண்டாடிய காரணத்தால், இந்தக் கட்டுப்பாடுகள் அனைத்து மதங்களைச் சேர்ந்த மக்களையும் கடுமையாகப் பாதித்தன.

ஔரங்கசீப் தனது ஆட்சியின் எட்டாவது ஆண்டில் பாரசீகப் புது வருடமான நௌரூஸ் பண்டிகையைக் கட்டுப்படுத்தியதுடன், முக்கிய முஸ்லிம் பண்டிகைகளான ஈத்-உல்-ஃபிதர் மற்றும் ஈத்-உல்-அதா ஆகியவற்றின் பிரம்மாண்ட கொண்டாட்டங் களையும் ரத்து செய்தார். அதேபோல் இந்துக்களின் ஹோலி, தீபாவளி உள்ளிட்ட பண்டிகைகளின் கொண்டாட்டத்தையும், முஸ்லிம்களின் மொஹரம் நினைவு நாள் அனுஷ்டிப்பதையும் தடை செய்ய முயன்றார். பகுதியளவில் அதற்கான ஆணையும் வெளிவந்தது. கொண்டாடுபவர்களின் மிகையான குதூகலமும் உற்சாகமும் விரும்பத்தக்கதாக இல்லை. இந்த ஆணைகளின் பின்புலத்தில் பொது மக்களின் பாதுகாப்பு தொடர்பான அவரது அக்கறையும் அடங்கியிருந்தது.

இடைக்கால இந்தியாவில் பண்டிகைக் கொண்டாட்டங்கள் அபாயகரமாகவும் விளங்கின. கும்பமேளாவுக்கு முன்னோட்டமாக பன்னிரு வருடங்களுக்கு ஒரு முறை மராட்டிய மாநிலம் திரியம்பகத்தில் நடைபெறும் பிரம்மாண்ட திருவிழாவில் (கும்பமேளாவுக்கு முன்னோட்டம்) ஆயுதங்களுடன் பங்கேற்ற சந்நியாசிகளுக்குள் நடைபெற்ற மோதலில் பலர் உயிரிழந்தனர் என்று பீம்சேன் சாக்ஸேனா குறிப்பிட்டுள்ளார். அதேபோல் 1666-67இல் கோல்கொண்டாவில் நடைபெற்ற முஹர்ரம் நினைவு நாளில் கலந்து கொண்ட முஸ்லிம்கள் மற்றும் இந்துக்களுக்கு இடையே மோதலில் வன்முறை வெடிப்பது வழக்கமானதுதான் என்கிறார் இந்தியாவுக்கான ஃபிரெஞ்ச் பயண எழுத்தாளர் ஜீன் டி தெவநாட். 1669 பெர்ஹாம்பூரில் நடைபெற்ற முஹர்ரம் நினைவு நாளின் போது நடைபெற்ற மோதலில் 50 நபர்கள் இறந்தனர், 100 நபர்கள் படுகாயம் அடைந்தனர். முகலாய இந்தியாவில் நடைபெற்ற மதப் பண்டிகைகளின் போது திருட்டு உள்ளிட்ட ஏனைய குற்றங்களும் நடந்தன. குறிப்பாக குஜராத் ஹோலி பண்டிகை தீப உற்சவத்தின்

போது அதிக அளவில் விறகு எரிக்க மரங்கள் திருடப்பட்டன. எனவே 1660களின் மத்தியில் இவற்றுடன், ஹோலி மற்றும் தீபாவளியின் போது கீழான மொழியில் பேசுவதையும் தடுத்து நிறுத்த அதிகாரிகளுக்கு ஔரங்கசீப் உத்தரவிட்டார்.

மதம் தொடர்பான பண்டிகைகளின் போது குடித்துக் கும்மாளம் போடுவதையும், சட்ட விரோத செயல்களில் ஈடுபடுவதையும் குறைக்க ஔரங்கசீப் நடவடிக்கை எடுத்தாலும், கொண்டாடங் களுக்கு முழுமையான தடை விதிக்கவில்லை. சொல்லப் போனால், ஆட்சியின் தொடக்க காலத்தில், இந்துப் பண்டிகைகள் மீது முன்பு விதிக்கப்பட்ட வரிகளை ரத்து செய்து அவற்றைக் கொண்டாட ஊக்குவித்தார். ஔரங்கசீப் ஆட்சிக் காலம் முழுவதும் மத விடுமுறைக் கொண்டாட்டங்களில் பொது மக்கள் கலந்து கொண்டதற்கு ஏராளமான சான்றுகள் உள்ளன. உதாரணத்துக்கு எண்ணற்ற ஐரோப்பியப் பயணிகளும் இந்து எழுத்தாளர்களும் 1690கள் வரை நடைபெற்ற ஹோலி கொண்டாட்டங்கள் பற்றிக் குறிப்பிட்டுள்ளனர். ஔரங்கசீப்பின் சொந்தக் குழந்தைகள்கூட முஸ்லிம் அல்லாத பண்டிகைகளைக் கொண்டாடினர். பண்டைய பாரசீகப் பண்டிகையான நௌருஸ் கொண்டாட்டங்கள் மற்றும் இந்து பாரம்பரியப் பெருமை மிக்க மன்னர் விக்ரமாதித்யா முடிசூட்டு நாள் விழா ஆகியவற்றில் பங்கேற்றதற்காக தனது மகன் மௌஜமைக் கண்டித்து வாழ்க்கையின் இறுதிக் காலத்தில் ஔரங்கசீப் கடிதம் எழுதினார்.

• • •

நன்னடத்தையைப் பரப்பும் குறிக்கோளின் ஒரு பகுதியாக ஔரங்கசீப் தனது குடிமக்களின், குறிப்பாக முஸ்லிம்களின், இறையியல் விருப்பங்களை உருவாக்க முனைந்தார். இதன் காரணமாக அனைவரையும் இஸ்லாத்துக்கு மதம் மாற்றும் குறிக்கோள் கொண்டவராகக் கூறப்பட்டு, சமீப காலங்களில் ஔரங்கசீப் கடுமையான குற்றச்சாட்டுக்கும் உள்ளானார். ஆனால் ஔரங்கசீப்பின் அரசு இந்துக்களை மதம் மாற்றப் பரவலாக எந்தத் திட்டத்தையும் வகுக்கவில்லை என்பதுதான் உண்மை. ஒரு சில தனி நபர்கள் இஸ்லாத்துக்கு மாற வலுவான காரணங்களால் நம்ப வைக்கப்பட்டனர் அல்லது கட்டாயப்படுத்தப்பட்டனர்.

இஸ்லாத்துக்கு மாறுவதன் மூலம் முகலாய அதிகார வரிசையில் முன்னேறவோ, முஸ்லிம்களுக்காக ஒதுக்கீடு செய்யப்பட்டுள்ள ஜிஸ்யா வரி வசூலிப்பவர் வேலைக்கான தகுதியைப் பெறவோ

சிலருக்கு உதவியிருக்கலாம். இருப்பினும் மதம் மாறியவர்கள் அனைவரும் ஔரங்கசீப்பின் நேரடி காண்காணிப்பின்கீழ் கொண்டு வரப்பட்டனர். உதாரணத்துக்கு, ‘இஸ்லாத்துக்கு மதம் மாறியது குறித்து ஜம்பமாகவும், சக்ரவர்த்திக்கு எதிராகவும் பேசிய இரு ஆண்களைக் கண்டித்ததுடன் அவர்களை ‘மதப்பற்று இல்லாத நபர்கள்’ என்றும் 1699இல் ஔரங்கசீப் எழுதிய கடிதத்தில் குறிப்பிட்டுள்ளார். நேர்மையற்ற இவ்விருவரையும் உடனடியாகச் சிறையில் அடைக்கவும் ஔரங்கசீப் உத்தர விட்டார்.

ஒட்டுமொத்தமாக, ஒப்பீட்டளவில், ஔரங்கசீப்பின் இந்தியாவில் பெருமளவில் இந்துக்கள் இஸ்லாத்துக்கு மதம் மாறவே இல்லை. அரசவைக்கு முறையாக வரும் செய்தி அறிக்கைகள், அங்குமிங்குமாகச் சிற்சில மத மாற்றங்கள் அதுவும், அடிமட்ட ஊழியர்கள் மட்டுமே மதம் மாறியதாகத் தெளிவுபடுத்தியதுடன், அவ்வாறு மதம் மாறிய தனி நபர்களின் முழு விவரங்களையும் வெளியிட்டன.

முஸ்லிம் சமுதாய விவகாரங்களில் ஔரங்கசீப் சற்று முன் யோசனையுடனேயே நடந்து கொண்டார். 1624இல் மரணமடைந்த அகமத் சிர்ஹிந்தியின் தேர்ந்தெடுத்த சில நூல்களைத் தடை செய்ததன் மூலம் அவரைப் பின்பற்றும் முஸ்லிம்களின் கொள்கைகளுக்கு விரோதமாகச் செயல்பட்டார். சூஃபி நக்ஷபந்தி பிரிவைச் சேர்ந்த சிர்ஹிந்தி தனது வாதத் திறமையின் மூலம் முஸ்லிம் சமூகத்தினரிடையே சர்ச்சைகளைத் தூண்டிவிடும் மோசமான நபராக இருந்தார்.

ஜஹாங்கீர் ஆட்சியின் இறுதியில் சிர்ஹிந்தி மறைந்தாலும், ஷாஜஹான் ஆட்சிக் காலத்திலும் அவரது புகழ் பரவியது. சில மதரஸா பாடங்களில் அவரது நூல்கள் இடம் பெற்றிருந்தன. சிலர் அவரை இஸ்லாத்தைப் புதுப்பிப்பவராகவும், இன்னும் சிலர் நபியாகவும் பார்த்தனர். சமகால ஐரோப்பியர்களுடன் ஒப்பிடுகையில் நூல்களுக்குத் தடை விதிப்பதில் முகலாய சாம்ராஜ்யம் முறையான சட்ட திட்டங்களைக் கொண்டிருக்க வில்லை. இருப்பினும் ஔரங்கசீப் 1680இல் சிர்ஹிந்தியின் நூல்களைத் தனிமைப்படுத்தியதுடன், இறையியல் ரீதியாகக் கேள்விக்குரிய சில எழுத்துக்களுக்கு தடை விதித்தார்.

இஸ்லாம் குறித்த தனது கொள்கைகளுக்கு விரோதமான கோட்பாடுகளைக் கொண்ட சில முஸ்லிம் குழுக்களை ஔரங்கசீப்

கடுமையாகத் தண்டித்தார். உதாரணத்துக்கு, 1640இல், குஜராத்தை நிர்வகிக்கும் இளவரசனாக ஔரங்கசீப் பதவி வகித்தபோது, அகமதாபாத்தைச் சேர்ந்த முகலாய ராணுவ வீரர்கள், பதினைந்தாம் நூற்றாண்டில் தொடங்கப்பட்ட மஹ்தவி என்னும் முஸ்லிம் சமூகத்தைச் சேர்ந்த சிலரைக் கொன்று குவித்தனர். அந்தச் சமூகத்தினருக்கு இருந்த அரசியல் ஆர்வமே ஔரங்கசீப்பின் கடுமையான நடவடிக்கைக்குக் காரணமானது. நாற்பது ஆண்டுகள் கழித்து மஹ்தவி பிரதிநிதிகள் தங்கள் அரசியல் மற்றும் மதக் கோட்பாடுகளை மாற்றிக் கொண்டு, ஔரங்கசீப் மற்றும் முதன்மைக் காஜியைச் சந்தித்தனர். தங்கள் குழுவினர் தீங்கற்றவர்கள் என்றும், நாட்டின் பொதுவான நடைமுறையோடு ஒத்துப் போகிறவர்கள் என்றும், உறுதிமொழி அளித்ததைத் தொடர்ந்து ஔரங்கசீப் சமாதானமடைந்தார்.

அரசியல் சாராத ஆனால் வழக்கமான இஸ்லாமியக் கொள்கைகளிலிருந்து மாறுபட்ட முஸ்லிம் சமூகத்தினரைக் கூட ஔரங்கசீப் விட்டு வைக்கவில்லை. இளவரசனாக இருந்த கால கட்டங்களில் ஷியா பிரிவைச் சேர்ந்த இஸ்மைலி போரா முஸ்லிம்களைக் குறி வைத்துத் தாக்கியதில் அவர்களின் தலைவர்களில் ஒருவர் கொல்லப்பட்டார். தனது ஆட்சிக் காலம் முழுவதும் இஸ்மைலி போரா முஸ்லிம்களைத் துன்புறுத்திக் கொண்டே இருந்தார். உதாரணத்துக்கு ஔரங்கசீப் தனது ஆட்சியின் எட்டாவது ஆண்டில் போரா மசூதிகள் அனைத்தும் சுன்னி முஸ்லிம் பிரிவைப்போல் தினசரி ஐந்து வேளை தொழுகை நடத்த வேண்டுமென ஆணையிட்டார். பல பத்தாண்டுகள் கழித்தும், சாம்ராஜ்யத்தின் முகலாய வீரர்களால், இஸ்மைலி போரா பிரிவு முஸ்லிம்களின் கைது தொடர்கதையாகவே இருந்தது.

• • •

முந்தைய முகலாய மன்னர்களைப் போலவே பொது நலம் என்ற பெயரில் மக்களை ஒழுங்குபடுத்த வழங்கப்பட்ட அனுமதிக்கும் தனி நபர் விருப்பத்துக்கும் இடையே ஒரு கோட்டை மிக எச்சரிக்கையுடன் கிழித்தார் ஔரங்கசீப். உதாரணத்துக்கு, இசை பிந்திய பிரிவில் அடங்கும். ஔரங்கசீப் தனது சாம்ராஜ்யம் முழுவதும் இசையைத் தடை செய்தார் என்ற தவறான கருத்தைக் கேத்தரீன் ஷோஃபீல்ட் உள்ளிட்ட அறிஞர்கள் திருத்தினாலும், பொது மக்களிடையே இது குறித்த பரவலான விழிப்புணர்வு

இல்லை. (ஔரங்கசீப் தனது அரசவைக்குள் மட்டுமே சில வகை இசைகளைக் கட்டுப்படுத்தினார்).

இதில் இன்னும் சுவாரஸ்யமான விஷயம் என்னவெனில் அக்காலத்தில் பிரபலமாக இருந்த நையாண்டிக் கவிதைகளுக்கு ஔரங்கசீப் தடை விதிக்கவில்லை. அரசு அதிகாரியாகப் பணியாற்றிய கம்கர் கான் வயோதிகப் பருவத்தில் செய்து கொண்ட இரண்டாவது திருமணத்தைக் கேலி செய்து தரமற்ற கவிதையை ஒரு கவிஞர் எழுதியதாகக் குறிப்புகள் தெரிவிக்கின்றன. பாதிக்கப்பட்ட கம்கர் கான் இது பற்றி ஔரங்கசீப்பிடம் புகார் தெரிவித்துத் தலையிட வேண்டினார்.

ஆனால் ஔரங்கசீப் 'அந்தக் கவிஞர் கேலி செய்வதில் என்னைக்கூட விட்டு வைக்கவில்லை. சன்மானத்தை அதிகரித்தால் என்னைப் பற்றி நையாண்டிக் கவிதை எழுதுவதை நிறுத்துவார் என்று நினைத்து உயர்த்திக் கொடுத்தேன். ஆனாலும்கூடத் தொடர்ந்து என்னைக் கிண்டலும் கேலியும் செய்து கவிதைகளை எழுதிக் கொண்டேயிருந்தார்' என்று பதிலளித்தார். மேலும் 'உணர்வுகளைக் கட்டுப்படுத்திக் கொண்டு நல்லிணக்கத்துடன் வாழவேண்டும்' என்ற ஆலோசனையுடன் மனு கொடுத்த கம்கர் கானின் புகாரைத் தள்ளுபடி செய்தார் ஔரங்கசீப்.

6

இந்து மதச் சமூகங்களின் மேற்பார்வையாளர்

கோயில்களின் பாதுகாவலர்

மிகச் சிறந்த கைவினைக் கலைஞரால் (கடவுள்) உண்மையான கலை நயத்துடன், நுணுக்கமாக வடிவமைக்கப்பட்ட அற்புதங்களில் ஒன்றாக விளங்குகிறது எல்லோரா.

— எல்லோராவிலுள்ள இந்து, சமண, பௌத்தக் கோயில்கள் குறித்து ஔரங்கசீப்

ஔரங்கசீப் காலத்தில் சாம்ராஜ்யம் முழுவதும் இந்து, சமணக் கோயில்கள் பரவியிருந்தன. முகலாய அரசின் பாதுகாப்புக்கான தகுதியையும் உரிமையையும் இக்கோயில்கள் பெற்றிருந்ததால், ஔரங்கசீப் இவற்றின் நலன்களை உறுதிப்படுத்தப் பொதுவாகவே முனைந்தார். ஆனால் குறிப்பிட்ட கோயில்களோ, அவற்றுடன் தொடர்புடையவைகளோ, முகலாய முன்னோக்கில், சாம்ராஜ்யத்தின் நலன்களுக்கு எதிராகச் செயல்படும் பட்சத்தில், நல்லெண்ணத்தைத் திரும்பப் பெறவும் ஔரங்கசீப் தயங்க வில்லை. இதன் அடிப்படையிலேயே ஔரங்கசீப் தனது ஆட்சிக் காலம் முழுவதும் குறிப்பிட்ட கோயில்களை இடிக்கவும் அசுத்தப் படுத்தவும் ஆணையிட்டார்.

குறிப்பிட்ட கோயில்களை இடிக்கும் ஔரங்கசீப்பின் ஆணையை இந்துக்களுக்கு எதிரான மிகப் பெரிய பழிவாங்கல் நடவடிக்கையின் அறிகுறியாகவே இன்றைய பெரும்பான்மை

மக்கள் கருதுகின்றனர். காலம் காலமாக இந்து - முஸ்லிம்களுக்கு இடையே விரோதத்தை வளர்க்கும் பிரிட்டிஷாரின் பிரித்தாளும் சூழ்ச்சி காரணமாக இக்கருத்துகள் ஆழமாக வேரூன்றி உள்ளன. இன்றைக்கு எண்ணற்ற வலைத்தளங்கள் இந்துக்களுக்கு (சான்று களுடன் புத்திசாலித்தனமாகவும் நேர்மை இல்லாமலும்) எதிரான ஔரங்கசீப்பின் 'அட்டூழியங்கள்' என்று பட்டியலிட்டு மதக் கலவரத்தைத் தூண்டுகின்றன. இருப்பினும், இந்துக்களை வெறுத்ததாலேயே ஔரங்கசீப் கோயில்களை இடித்தார் என்ற முன்மொழிவில் ஏராளமான ஓட்டைகள் இருக்கின்றன.

ஔரங்கசீப்பின் சாம்ராஜ்யத்தில் இருந்த ஆயிரக்கணக்கான கோயில்களில் ஒரு சிலவற்றை மட்டுமே அவர் இடித்தார் என்பது வெளிப்படை. தன்னுடைய கருத்துதான் சரி என்ற பிடிவாதத்துடன் இந்து வழிபாட்டு இடங்களை இடிக்கும் ஒற்றை நோக்கம் கொண்டவர் என்று ஔரங்கசீப்பை அணுகினால், இந்த இணக்கமின்மை அர்த்தமற்றதாகிவிடும். ஔரங்கசீப் குறித்த வரலாற்று அடிப்படையிலான சட்டப் பார்வையே, இந்துக் கோயில்களை இடித்ததை விடவும் அதிக எண்ணிக்கையில் அவற்றை ஏன் காப்பாற்றினார் என்பதை விளக்கும்.

முஸ்லிம் அல்லாத மதத் தலைவர்களுக்கும் நிலையங்களுக்கும் உரிய பாதுகாப்பை வழங்குவதில் ஔரங்கசீப் இஸ்லாமிய சட்டத்தைப் பின்பற்றினார். இஸ்லாமிய சட்டப்படி இந்துக்கள் பாதுகாக்கப்பட வேண்டியவர்கள் என்பதால், பதினெட்டாம் நூற்றாண்டு தொடங்கி முஸ்லிம் மன்னர்கள் இந்துக்களை 'திம்மிஸ்' பிரிவின் கீழ் பட்டியலிட்டனர். இதன் மூலம் இந்துக்களுக்குக் குறிப்பிட்ட உரிமைகளும் அரசுப் பாதுகாப்பும் கிடைத்தன. இருப்பினும், இந்து மற்றும் சமண மதச் சமூகங்கள் தொடர்பான அவரது நடத்தை இஸ்லாமிய சட்டத்தின் தேவைகளைத் தாண்டி அதிகமாகவே இருந்தது. மாறாக, ஔங்கசீப்பைப் பொருத்தவரை, கோயில்களைப் பாதுகாப்பதும், சில தருணங்களில் இடிப்பதுமான அவரது நடவடிக்கைகள், சாம்ராஜ்யம் முழுவதும் அனைவருக்குமான நீதியை உறுதிப் படுத்துவதை நிறைவு செய்தது.

நீதி குறித்த ஔரங்கசீப்பின் கருத்தில் மத சுதந்திரம் சிறிதளவேனும் இருந்ததாலேயே பெரும்பான்மை இந்து வழிபாட்டு இடங்களை அவரால் பாதுகாக்க முடிந்தது. இதில் அதிர்ச்சியான விஷயம் என்னவெனில், தங்கள் மத எண்ணங்களையும் சார்புகளையும் பின்பற்ற வேண்டுமென, ஐரோப்பிய சாம்ராஜ்யம் அவர்களது

காலத்தில் எடுத்த கடுமையான நடவடிக்கைகளுடன் ஒப்பிடும் போது, முகலாய ஆட்சியாளர்கள் பொதுவாகவே தங்கள் குடிமக்களுக்கு அதிகப்படியான சுதந்தரத்தை வழங்கியுள்ளனர். இருப்பினும், முகலாய இந்தியாவில் அரசு நலன்களைப் பாதுகாக்க மத சுதந்தரம் கட்டுப்படுத்தப்பட்டதால், தேசத் துரோகம் அல்லது ஒழுக்கக் கேடான சமய வழிபாட்டு இடங்கள் மற்றும் மதத் தலைவர்கள் மீது கடுமையான நடவடிக்கைகளை எடுக்க ஔரங்கசீப் தயங்கவில்லை. இதுபோன்ற சிக்கல்கள் இல்லாத சூழலில், இந்தியர்கள் அனைவருக்கும் பொதுவான மன்னராக ஔரங்கசீப் தன்னைக் கருதிக் கொண்டதே, கோயில் களுக்கு அரசுப் பாதுகாப்பை விரிவுபடுத்தத் தூண்டியது.

• • •

கோயில்களையும், ஏனைய முஸ்லிம் அல்லாதவர்கள் வழிபாட்டுத் தலங்களையும், நல்ல அரசர்கள் எவ்வாறு பாதுகாக்க வேண்டும் என்ற தனது கருத்தை ஆணையாகவே (பாரசீக மொழியில் - நிஷான்) மேவார் பகுதியை ஆண்டு கொண்டிருந்த இந்து ராஜபுத்திர மன்னர் ராணா ராஜ் சிங்குக்கு 1654இல் அனுப்பி வைத்தார். 'மிகப் பெரிய மன்னர்கள் இறைவனின் நிழல் என்பதாலும், இறைவனின் அரசவைத் தூண்களாக விளங்குவ தாலும், இந்த உயர்குடியினர்களின் கவனம் முழுவதும் இதற்காகவே அர்ப்பணிக்கப்பட்டிருக்கும். பல்வேறு பண்புகள் மற்றும் பல்வேறு மதங்களைச் சேர்ந்தவர்கள் அமைதியாக வாழ்வதுடன், அவர்கள் நாள்களைச் செழிப்புடனும் கழிக்க வேண்டும். எனவே ஒருவர் விவகாரத்தில் மற்றொருவர் தலையிடக் கூடாது'. பாரசீக மொழியில் அழகான கவிதை நடையில் காணப்படும் கவிதா அலங்காரங்களை நீக்கிவிட்டுப் பார்த்தால் ஔரங்கசீப்பின் நோக்கம் இதுதான்: 'மன்னர்கள் பூமியில் இறைவனின் பிரதிநிதிகள் என்பதால் மதச் சமூகங்களுக்கு இடையே அமைதியை உறுதிப்படுத்தக் கடமைப்பட்டவர்கள்.'

'மதவெறியைத் தூண்டும் மன்னர்கள் யாராக இருப்பினும் அவர்கள் இறைவனின் சிறப்பான படைப்புகளையும் ஆன்மீகம் தவழும் கோயில்களையும் இடித்த குற்றத்துக்கு உள்ளாவார்கள்' என்று அதே ஆணையில் இளவரசர் ஔரங்கசீப் கண்டித்துள்ளார். தான் மன்னனாகப் பதவியேற்றவுடன் இஸ்லாத்துக்குப் புறம்பான பழக்கங்களைப் புறக்கணிப்பேன் என்றும், தனது மூதாதையர்கள் வகுத்த புனிதமான பழக்க வழக்கங்கள் மற்றும் நடைமுறையில்

உள்ள விதிகளைப் பின்பற்றி மக்கள் வாழும் நான்கு திசைகள் கொண்ட உலகுக்கு ஒளிதருவேன் என்றும் உறுதியளித்தார். ஔரங்கசீப்பின் பார்வையில் இஸ்லாமிய உபதேசங்களும், முகலாயப் பாரம்பரியமுமே, இந்துக் கோயில்கள், புனித யாத்திரை இடங்கள், தவசிகள் ஆகியோரைப் பாதுகாக்க ஆணை பிறப்பிக்கத் தூண்டின.

முகலாய சாம்ராஜ்யத்தில் மத நல்லிணக்கத்தையும் சகிப்புத் தன்மையையும் உருவாக்குவேன் என்று இளவரசனாக இருந்த போது அளித்த வாக்குறுதியை நிறைவேற்ற, மன்னராக இருந்த 49 ஆண்டுகள் ஔரங்கசீப்புக்கு சிறந்த வாய்ப்பை வழங்கியது. அந்த வாய்ப்பைத் தொடக்கத்தில் நன்றாகவே பயன்படுத்திக் கொண்டார். சக்ரவர்த்தியாக முடிசூட்டிக் கொண்ட ஆரம்ப காலத்தில், உள்ளூர் கோயில் விவகாரங்களில் தலையிடக் கூடாது என்று காசியிலுள்ள உள்ளூர் முகலாய அதிகாரிகளுக்கு அரசாணை மூலம் தடை விதித்தார். 'வெறுப்பு மற்றும் பகை உணர்ச்சி காரணமாகப் பலர் காசி மற்றும் அருகிலுள்ள இடங்களில் குடியிருந்த இந்துக்களை, குறிப்பாக அங்கிருந்த பழமையான கோயில்களை நிர்வகித்த பிராமணர்களைத் துன்புறுத்தியதாகக் கேள்விப்பட்டேன்' என்று 1659இல் ஔரங்கசீப் எழுதிய கடிதத்தில் குறிப்பிட்டுள்ளார்.

மேலும் அந்த அரசாணையில் 'தங்களுக்கான பாரம்பரிய இடத்தில் வசித்துக் கொண்டு இந்த சாம்ராஜ்யம் தொடரப் பிரார்த்தனை செய்ய வசதியாக, அந்தப் பிராந்தியத்திலுள்ள பிராமணர் களுக்கோ, இந்துக்களுக்கோ, சட்ட விரோதமாக யாரும் தொல்லை கொடுக்கக் கூடாது' என்று குறிப்பிடப்பட்டுள்ளது. இந்துக் கோயில்களையும், அவற்றைப் பராமரிப்பவர்களையும் பாதுகாக்க ஔரங்கசீப் வெளியிட்ட பல அரசாணைகளில் கீழ்க்காணும் 1659 ஆண்டு வெளியான காசி சட்ட வரிகள் தவறாமல் இடம் பெற்றன – 'முகலாய சாம்ராஜ்யம் நீடித்து நிலைக்கப் பிராமணர்கள் பிரார்த்தனை செய்ய வசதியாக அவர்களுக்கு எந்த இடையூறும் செய்யாமல் தனியே விட்டுவிட வேண்டும்'.

• • •

ஔரங்கசீப் தனது ஆட்சிக் காலம் முழுவதும் இந்து மதக் கோயில்கள் மற்றும் அதன் தலைவர்களின் நலன்களை உறுதிப் படுத்துவதையே பொதுவான இயல்பு நிலைக் கொள்கையாக வைத்திருந்தார். தேவையற்ற தலையீடுகளிலிருந்து கோயில்

களைப் பாதுகாப்பதையும், இந்து சமூகங்களுக்கு நிலங்களை அளிப்பதையும், இந்து ஆன்மிகத் தலைவர்களுக்கு உதவித் தொகை வழங்குவதையும் அதிகாரிகள் செயல்படுத்த ஏராளமான அரசாணைகளை வெளியிட்டார்.

உதாரணத்துக்கு, ஔரங்கசீப் தனது ஆட்சியின் ஒன்பதாவது ஆண்டில், அஸ்ஸாம், குவஹாதியிலுள்ள உமாநந்த் கோயிலுக்கு நிலத்தை மானியமாக முன்பு வழங்கியதையும், அது தொடர்பான வருவாய் வசூலிக்கும் உரிமையையும் உறுதிப்படுத்தி அரசாணை வெளியிட்டார். கங்கை நதிக்கரையில் வாழ்ந்து கொண்டிருந்த பக்வந்த் கோசைன் என்னும் இந்துத் துறவிக்கு எந்தத் தொல்லையும் கொடுக்கக்கூடாது என 1680ஆம் ஆண்டு ஆணை பிறப்பித்தார். அதேபோல் பக்தி நிறைந்த பிராமணர்களும் புனிதமான சந்நியாசிகளும் வீடு கட்டிக்கொள்ள, 1687இல் காசியில் ஒரு காலி இடத்தை (மசூதிக்கு அருகே) ராம்ஜீவன் கோஸைனுக்கு ஔரங்கசீப் வழங்கினார். 1691இல் பாலாஜி கோயில் கட்ட சித்திரக்கூட்டைச் சேர்ந்த மகந்த் பலக் தாஸ் நிர்வாணி என்பவருக்கு எட்டு கிராமங்களையும் ஏராளமான வரி விலக்கு பெற்ற நிலங்களையும் எழுதி வைத்தார். மத்திய இந்தியாவின் கிழக்கு கண்டேஷ் பகுதியைச் சேர்ந்த நேக் பட் மகன் ரங் பட் என்னும் பிராமணருக்கு வாடகை இல்லாத நிலத்தை 1698இல் தானமாக வழங்கினார். அலகாபாத், விருந்தாவன், பீகார் என இன்னும் பல்வேறு இடங்களில் கோயில்களுக்கும் தனிநபர்களுக்கும் ஔரங்கசீப் வழங்கிய நிலங்களின் பட்டியல் நீண்டு கொண்டே போகும்.

இந்து மதச் சமூகங்களுக்குச் சலுகைகள் வழங்கும் தனது மூதாதையர்களின் பழக்கத்தை ஔரங்கசீப் தொடர்ந்து கடைப்பிடித்தார். அவரது தொடர் நடவடிக்கைகளை ஜங்கம் என்னும் சைவக் குழுவுடனான பரிவர்த்தனைகள் உறுதிப் படுகிறது. 1564இல் நிலம் தொடர்பான சட்ட ரீதியான உரிமையை வழங்கிய அக்பர் காலம் தொட்டு முகலாய அரசாணைகளால் ஜங்கம் பலனடைந்து வருகிறது. ஔரங்கசீப் பிறப்பித்த பல அரசாணைகள் மூலம் பலவந்தமாகக் கைப்பற்றப்பட்ட நிலத்தை மீட்டெடுத்ததுடன் (1667), உள்ளூர் முஸ்லிம்களிடமிருந்து பாதுகாப்பு (1672) மற்றும் சட்ட விரோதமாக விதிக்கப்பட்ட வாடகையையும் (1674) அதே ஜங்கம் திரும்பப் பெற்றது. தொலை நோக்கு கொண்ட நீதி பரிபாலனத்தில் ஔரங்கசீப்பின் ஒரு பகுதியான இதுபோன்ற நடவடிக்கைகள், பக்தியுள்ள தனிநபர்கள்

தங்கள் மத வழிபாடுகளைத் தடையின்றித் தொடர்வதை உறுதிப்படுத்தியது.

இதுபோன்ற ஆதரவான கொள்கைகளைச் சமண மதக் கோயில்களுக்கும் ஔரங்கசீப் உருவாக்கினார். அக்பரை முன்னுதாரணமாகக் கொண்டு 1650களில் ஷத்ருஞ்சயா, கிர்நார், மவுண்ட் அபூ உள்ளிட்ட குஜராத்திலுள்ள சமண வழிபாட்டு இடங்களில் குறிப்பிட்ட சமண சமூகங்களுக்கு நிலங்களைத் தானமாக வழங்கினார். 1681இல் லால் விஜய் என்னும் சமணத் துறவிக்கு மடாலயமும், தங்குவதற்கு வீடும் அமைத்துக் கொடுத்தார். சமண மதத் தலைவரான ஜீனா சந்திர சூரியைத் துன்புறுத்தக் கூடாது என்று 1703 இல் உத்தரவு பிறப்பித்தார். இப்படிப் பல்வேறு உதவிகளைச் செய்ததால் சக்ரவர்த்தியின் காலத்தில் எழுதப்பட்ட சமண நூல்களில் ‘ஔரங்கசீப் ஷா வீரமும் ஆற்றலும் நிறைந்த மாமன்னர்’ என்று அவரைப் புகழ்ந்து பாராட்டியதில் ஆச்சரியப்படுவதற்கு ஏதுமில்லை.

• • •

உல்மாக்களைத் திருப்திப்படுத்தும் வகையில் முஸ்லிம்களுக்கு நிலங்களை எதிர்காலத்தில் ஒதுக்குவதற்காக திடீரென ஔரங்கசீப் 1672இல் இந்துக்களுக்கு வழங்கப்பட்ட நிலங்களைத் திரும்ப எடுத்துக் கொள்ளும் அரசாணையைப் பிறப்பித்தார். இந்தச் சட்டத்தைக் கடுமையாக அமல்படுத்தியிருந்தால் அது இந்துக்களுக்கும், சமணர்களுக்கும், மிகப் பெரிய பின்னடைவை ஏற்படுத்தி இருக்கும். ஆனால் வரலாற்றுச் சான்று வேறு விதமான தகவலைத் தருகிறது.

நில மானியம் தொடர்பான புதிய கொள்கை, குறிப்பாக சாம்ராஜ்யத்தின் தொலைதூரப் பகுதிகளில் முறையாக அமல் படுத்தப்படவில்லை. 1672இல் மேற்கண்ட புதிய அரசாணை பிறப்பிக்கப்பட்ட பிறகு வங்காளத்தில் சில பகுதிகளில் முன்பை விடவும், முகலாய அதிகாரிகள் இந்துக்களுக்கு இன்னும் அதிக அளவில் நிலங்களை மானியமாக வழங்கினர். நிலங்களைத் திரும்ப எடுத்துக் கொள்ளும் புதிய அரசாணை நடைமுறைப் படுத்தப்படாமல் கொள்கை அளவில் மட்டுமே இருந்தது.

உதாரணத்துக்கு, குஜராத்தில் பார்சி மருத்துவர்கள் குடும்பத்துக்கு முன்பு வழங்கிய நில மானியத்தை உறுதிப்படுத்தி ஔரங்கசீப்பின் கடைசி காலத்தில், 1702இல், கடிதம் வந்தது. ஏனைய பிராந்தியங்களில், நான் ஏற்கெனவே சுட்டிக்காட்டிய பல்வேறு

உதாரணங்கள், இக்கொள்கை பரவலாக அமலாகவில்லை என்பதையே உறுதிப்படுத்துகிறது. இந்த ஆதாரத்தின் அடிப்படையில், தற்கால வரலாற்று ஆய்வாளர்கள் சிலர் 1672 அரசாணை, பஞ்சாப் உள்பட தேர்ந்தெடுக்கப்பட்ட சில பகுதிகளைத் தவிர, சாம்ராஜ்யத்தின் எந்தப் பகுதியிலும் முழுமையாக அமலாக்கப்படாமல், 'ஏட்டளவில்' மட்டுமே இருந்தது என்கின்றனர்.

இந்துக் கோயில்கள் மீதான அதீத ஈடுபாட்டை ஔரங்கசீப் பல்வேறு தருணங்களில் வெளிப்படுத்தி உள்ளார். நான் ஏற்கெனவே விவாதித்த 1659 காசி அரசாணையில், உதாரணத்துக்கு, இஸ்லாமிய ஷரியத் சட்டம் 'பழமையான கோயில்களை இடிக்கக் கூடாது' என உறுதியாகக் கூறுகிறது என்பதை மேற்கோள் காட்டிய ஔரங்கசீப், அத்துடன் 'புதிய கோயில்களும் கட்டப்படக் கூடாது' என்ற சொற்றொடரையும் சேர்த்தார்.

ஔரங்கசீப் ஆட்சியில் முகலாய இந்தியாவின் பல்வேறு பகுதிகளில் ஏராளமான இந்துக் கோயில்கள் கட்டப்பட்டு வந்ததால், இந்தக் கட்டுப்பாடு மிக முக்கியமாகக் காசி நகருக்குப் பொருந்தும் என்கிறார் ரிச்சர்ட் ஈடன். இந்துக் கோயில்கள் பாதுகாக்கப்படும் என்ற ஔரங்கசீப்பின் சிக்கலான மற்றும் வரையறுக்கப்பட்ட முகலாய கொள்கைகளிலிருந்து திடீர் விலகலாகவே இந்த ஆணை கருதப்படுகிறது.

கோயில்களை இடித்தவர்

> பண்டைய சிலைகள் கொண்ட கோயில்களை இடிப்பது சட்டப்பூர்வமானது அல்ல என்பதுடன் நீர்நிலைகளில் நீராடும் பண்டைக் காலப் பாரம்பரியப் பழக்கத்தைத் தடை செய்யும் அதிகாரமும் உங்களுக்கு இல்லை.
>
> – எதிர்கால தில்லி சிக்கந்தர் லோடிக்கு (பதவிக்காலம் 1489-1517) முஸ்லிம் நீதிபதிகள் அளித்த ஆலோசனை

முகலாய சாம்ராஜ்யத்தில் அமைந்திருந்த பல்லாயிரக்கணக்கான இந்து மற்றும் சமணக் கோயில்கள் அனைத்தும் இல்லா

விட்டாலும், பெரும்பாலானவை, ஔரங்கசீப் ஆட்சியின் இறுதி வரை நிலைத்திருந்தன.

ஔரங்கசீப்பின் உத்தரவின் பேரில் இடிக்கப்பட்ட அல்லது கொள்ளை அடிக்கப்பட்ட கோயில்களின் சரியான எண்ணிக்கை என்ன என்பது யாருக்கும் தெரியாது, இனியும் தெரியவராது. ஔரங்கசீப்பின் ஆட்சியில் இடிக்கப்பட்ட இந்துக் கோயில்களின் என்ணிக்கை பத்து பன்னிரண்டுக்கு கொஞ்சம் அதிகம் இருக்கும். இவற்றிலும் சக்ரவர்த்தியின் நேரடி ஆணையின் கீழ் இடிக்கப்பட்டவை வெகு சில மட்டுமே என்கிறார் முன்னணி அதிகாரப்பூர்வ ஆய்வாளர்களில் ஒருவரான ரிச்சர்ட் ஈடன். ஆனால் ஏனைய ஆய்வாளர்கள் கோயில்களை இடிக்க ஔரங்கசீப் கூடுதலாகப் பிறப்பித்த அரசாணைகளை, குறிப்பாக சோமநாதர் கோயிலை இடிக்க 1659 மற்றும் 1706ஆம் ஆண்டுகளில் பிறப்பிக்கப்பட்ட உத்தரவுகளை (இரண்டாவது ஆணையைப் பார்க்கும்போது முதல் ஆணை நிறைவேற்றப்படவில்லை என்றே தெரிகிறது) ஈடன் கணக்கில் எடுத்துக் கொள்ளவில்லை என்று குறிப்பிட்டுள்ளனர்.

கோயில்களை அவமதிக்கும் பணிகளும் ஔரங்கசீப்பின் நேரடிக் கண்காணிப்பில் நடைபெற்றன. உதாரணத்துக்கு 1645இல் அகமதாபாத்தில் சமண வியாபாரி சாந்திதாஸ் கட்டிய சிந்தாமணி பர்ஷவநாத் கோயிலுக்குள் மிஹ்ராப் (முஸ்லிம்கள் வழிபாடு செய்ய வசதியாக மெக்காவிலுள்ள காபா இருக்கும் திசையைக் காட்டும் அரை வட்டக் கட்டுமானம்) அமைக்கும் பணியை நேரடியாகக் கண்காணித்தார். இந்நிகழ்வுகள் குறித்து ஈடன் குறிப்பிடுகையில் ‘இவற்றுக்கான சான்றுகள் தெளிவின்றியும், அரைகுறையாகவும், இன்னும் சொல்லப் போனால் ஒன்றுக்கொன்று முரணாகவும் உள்ளன’ என்கிறார். இதன் அடிப்படையில் ஔரங்கசீப் ஆட்சியில் மேலும் பல கோயில்கள் இடிக்கப்பட்டிருக்கலாம் (சில டஜன் கோயில்களுக்கும் மேலாக?) என்பதை உறுதிப்படுத்திக் கொள்ளலாம். ஆனால் கடந்த காலத்தை மறைக்கும் கருப்புத் திரை முழுமையான விவரங்கள் கிடைக்கத் தடையாக உள்ளது.

ஔரங்கசீப்பின் இந்தியாவில் கோயில் இடிப்புகள் அடிக்கடி நிகழவில்லை என்பதை ஒரு சில சான்றுகள் குறிப்பாகத் தெரிவிக்கின்றன. ஔரங்கசீப்பின் மரணத்திற்குப் பிறகு சாகி முஸ்தைத் கான் தனது மாஸிர்-இ-ஆலம்கீரி என்னும்

குறிப்பேட்டில் 1670இல் மதுராவின் கேசவ தேவ் கோயில் இடிக்கப்பட்டதாகச் சொல்வது அரிதான மற்றும் சாத்தியமற்ற நிகழ்வு என்றும், எங்கிருந்து இது பரவியது எனத் தெரியவில்லை என்றும் குறிப்பிட்டுள்ளார். இஸ்லாமிய வெற்றி என்னும் பூதக் கண்ணாடி மூலம் ஔரங்கசீப்பின் ஆட்சியை விவரிக்கும் மாஸிர்-இ-ஆலம்கீரி, சில தருணங்களில் ஆசிரியரின் விருப்பத்துக்கு ஏற்ப உண்மை நிகழ்வுகளை மாற்றி அமைத்துள்ளது. எனவே புகழ்ச்சிக்காக எழுதப்படும் இதுபோன்ற பதிவுகளை

வரலாறாக மேற்கோள் காட்டும்போது, கூடுதல் எச்சரிக்கையோடு இருக்கவேண்டும். ஔரங்கசீப் இடித்த கோயில்களின் எண்ணிக்கையை மிகைப்படுத்தும் மாஸிர்-இ-ஆலம்கீரி போக்கு, இதுபோன்ற நிகழ்வுகள் அசாதாரணமானவை மற்றும் எதிர் பாராதவை என்னும் அதன் ஒப்புதலுக்கான நம்பகத்தன்மையை இன்னும் அதிகரிக்கிறது.

காலனியாதிக்கத்துக்கு முந்தைய இந்தியாவில் நடைபெற்ற கோயில் இடிப்புகளின் எண்ணிக்கையை அவ்வளவு, இவ்வளவு என்றெல்லாம் கணக்கிடுவது சாத்தியமற்றது என்கிறார் ஈடன். பெரும்பான்மையான கோயில்களை விட்டுவிட்டு குறிப்பாகச் சிலவற்றை மட்டும் ஔரங்கசீப் ஏன் தேர்ந்தெடுத்தார் என்பதைக் காரண காரியங்களோடு விளக்குவதற்கான ஆதாரங்கள் இன்று நம்மிடையே உள்ளன.

• • •

சில அரசியல் நிகழ்வுகளே குறிப்பிட்ட இந்துக் கோயில்கள் மீது தாக்குதல்களை நடத்த ஔரங்கசீப்பைத் தூண்டிவிட்டன. உதாரணத்துக்கு, 1669இல் காசி விஸ்வநாதர் கோயிலையும், 1670இல் மதுரா கேசவ தேவா கோயிலையும் இடித்துத் தரை மட்டமாக்க ஔரங்கசீப் உத்தரவிட்டார். சம்மந்தப்பட்ட இரு கோயில்களுடனும் தொடர்புடையவர்கள் எடுத்த தவறான அரசியல் நடவடிக்கைகளுக்கும் எதிர்காலத்தில் முகலாய சாம்ராஜ்யத்துக்குக் கீழ்ப்படிந்து நடப்பதை உறுதிப்படுத்தவுமே ஔரங்கசீப் தண்டிக்க முடிவெடுத்தார்.

அரசியல் தூண்டுதல் காரணமாக மத வழிபாட்டு இடங்கள் அழிக்கப்படுவது குறித்து இக்கால மக்கள் கோபப்படலாம். ஆனால் இன்றைய நவீன இந்தியாவுக்கு முந்தைய காலத்து மக்கள்

மதத்தையும் அரசியலையும் மிகப் பெரிய அளவில் வேறுபடுத்திப் பார்க்கவில்லை. மாறாக இந்துக்களும் முஸ்லிம்களும் வழிபாட்டு இடங்களை அரசியல் நடவடிக்கைகளுக்கு உட்பட்டதாகவே பரவலாகப் புரிந்துகொண்டனர். கி. பி. 6 ஆம் நூற்றாண்டில் எழுதப்பட்ட பிருஹத்ஸம்ஹிதா என்னும் வடமொழி நூலிலுள்ள ஒரு ஸ்லோகம் 'சிவ லிங்கம், உருவம் அல்லது கோயில் உடைந்து சிதறினாலோ, விலகினாலோ, வேர்த்தாலோ, அழுதாலோ, பேசினாலோ, அல்லது காரணமே இல்லாமல் வேறு செய்கைகளில் ஈடுபட்டாலோ, அது மன்னனுக்கும், சாம்ராஜ்யத்துக்கும் பேரழிவு ஏற்படவிருப்பதை எச்சரிக்கும் சமிக்ஞை ஆகும்' என்று கூறுகிறது. அரசியல் அதிகாரத்தை மத உருவங்கள் வழங்குகின்றன என்ற நம்பிக்கையின் அடிப்படையில், ஏழாம் நூற்றாண்டு தொடங்கி, இந்து மன்னர்கள் அண்டை நாடுகளிலுள்ள கோயில்களைத் தாக்கிக் கொள்ளை அடித்ததுடன், அவற்றிலிருந்த துர்க்கை, விநாயகர், விஷ்ணு சிலைகளையும் சேதப்படுத்தினர். அவ்வப்போது பரஸ்பரம் ஒருவருக்கொருவர் சண்டையிட்டுக் கோயில்களையும் இடித்துத் தள்ளினர். இத்தகைய செயல்களைக் கொண்டாடவும் நினைவு கூரவும் சில இந்து மன்னர்கள் வடமொழி ஸ்லோகம் சொல்லவும் ஏற்பாடு செய்தனர். ஔரங்கசீப் போன்ற இந்திய-முஸ்லிம் மன்னர்கள் அரசின் தண்டனைக்குரிய, சட்டப்பூர்வ இலக்குகளாக கோயில்களைக் கருத இதே வழியைப் பின்பற்றினர்.

1669இல் காசி விஸ்வநாதர் கோயிலை ஔரங்கசீப் முழுவதும் இடித்துத் தரைமட்டமாக்கினார். அக்பரின் ஆட்சிக் காலத்தில் ராஜா மான்சிங் என்பவரால் இக்கோயில் கட்டப்பட்டது. இவரது கொள்ளுப் பேரன் ஜெய்சிங் 1666இல் சிவாஜியும் அவரது மகன் சம்பாஜியும் முகலாய அரசவையிலிருந்து தப்பிச் செல்ல உதவியதாகப் பெரும்பான்மையோர் நம்பினர். (இதே ஜெய்சிங்தான் புரந்தரில் சிவாஜி மீது ராணுவ நடவடிக்கை எடுத்தவர் என்பதும் குறிப்பிடத்தக்கது). மேலும் 1669இல் காசி விஸ்வநாதர் கோயிலுடன் தொடர்புடைய நிலச்சுவாந்தார்களுக்கு இடையே பெரும் கலவரம் மூண்டது. அவர்களில் பலர் சிவாஜி தப்பிச் செல்ல உடந்தையாக இருந்ததாகக் குற்றம் சுமத்தப்பட்டுச் சிக்க வைக்கப்பட்டனர்.

1618இல் பீர் சிங் பண்டேலா மதுராவில் கட்டிய கேசவ தேவ் கோயிலை மேற்கண்ட அரசியல் காரணங்களுக்காக இடித்துத் தள்ள 1670இல் உத்தரவிட்டார். ஆக்ராவிலிருந்து 1666இல் சிவாஜி

தப்பிச் செல்ல மதுரா பிராமணர்கள் உதவியிருக்கலாம். கேசவ தேவ் கோயில் இடிக்கப்பட, அரியணை ஏற ஔரங்கசீப்புக்கு முக்கியப் போட்டியாக இருந்த தாரா ஷுகோ அதன் போஷகராக இருந்ததும் முக்கியக் காரணமாகும். மேலும் 1669-70களில் அப்பிராந்தியத்தில் காணப்பட்ட ஜாட் சமூகத்தின் எழுச்சி காரணமாக முகலாயப் படை வீரர்கள் பலர் உயிரிழந்தனர். மேற்கண்ட அதே காரணங்களுக்காக அடுத்தடுத்த ஆண்டுகளில் ஜோத்பூர், கண்டேலா உள்ளிட்ட பல்வேறு இடங்களிலுள்ள கோயில்களை இடிக்கவும் ஔரங்கசீப் ஆணையிட்டார்.

விஸ்வநாதர் மற்றும் கேசவ தேவ் கோயில்கள் இடிக்கப்பட்ட இடங்களில் மசூதிகள் நிறுவப்பட்டன என்றாலும் அவை வேறு வேறு சூழல்களில் கட்டப்பட்டன. காசியில் சிதிலமடைந்த கோயில் சுவரின் பாகங்கள் கட்டடத்துக்குள் இருக்க, அதைச் சுற்றி இன்றைக்கும் காட்சி தருகிறது ஞானவாபி மசூதி. முகலாய அதிகாரத்தை எதிர்த்ததால் ஏற்படும் மோசமான விளைவுகள் குறித்த மத ரீதியான சான்றாகவே இதன் மறுபயன்பாட்டைக் கருதலாம். இந்த மறுசுழற்சிக்கு வசதியும் ஒரு காரணமாக இருக்கலாம். ஞானவாபி மசூதி ஔரங்கசீப் காலத்தில் கட்டப் பட்டது என்றாலும் இதன் புரவலர் யாரென்று தெரியவில்லை. முகலாய ஆவணங்களில் இது பற்றிய எந்தத் தகவலும் இல்லை.

மதுராவில் கேசவ தேவ் கோயில் இடிக்கப்பட்ட இடத்தில் அதற்குப் பதிலாக எழுப்பப்பட்ட மசூதியின் கட்டுமானப் பணிகளுக்குத் தேவையான நிதி உதவியை ஔரங்கசீப் வழங்கினார். ஜாட் கலவரத்தின் போது முகலாய தளபதியாக விளங்கியவரும், மதுராவிலுள்ள முக்கிய மசூதிக்கான நிதி ஆதாரங்களை வழங்கியவருமான அப்துல் நபி கானின் மரணம் மூலம் இதை விளக்கலாம். அப்துல் நபி இறந்து எட்டு மாதங்களேயான நிலையில், மதுரா மசூதிகளுக்கு வழங்கப்பட்ட நிதி ஆதாரங்கள் குறையவே, கேசவ தேவ் கோயில் மேலும் சிதிலமடைந்தது.

• • •

முகலாய கோயில் இடிப்புகளிலுள்ள அரசியலை நம்மால் மறு கட்டமைக்க இயலும் என்றாலும், இடைக்காலக் கருத்தாளர்கள், குறிப்பிட்ட கோயில் இடங்களை இடித்ததற்கான உண்மையான அரசியல் வாதங்களை மிக அரிதாகவே கோடிட்டுக் காட்டியுள்ளனர். கோயில் இடிப்புகளுக்குப் பல இந்து மற்றும்

சமண சிந்தனையாளர்கள், தற்போது நடைபெற்றுக் கொண்டிருக்கும் கலியுகத்தின் சீர்கேடே காரணம் என்றார்கள். முஸ்லிம் எழுத்தாளர்கள் தங்கள் பதிவுகளில், கோயில் இடிப்புகளுக்கு, பொதுவாக ஜிஹாத் அல்லது மத அடிப்படையிலான கருதுகோளை முன் வைத்தனர். அரசு நலன்களுக்காக மத வழிபாட்டு இடங்களை இடிப்பதை இஸ்லாமியச் சட்டம் அனுமதிக்காது என்றாலும் இஸ்லாத்தைப் பரப்ப இதுபோன்ற நடவடிக்கைகளை ஒப்புக் கொள்கிறது. இந்த எண்ணமே இஸ்லாமியப் போக்கு ஆழமாக வேரூன்றியதற்கு ஒருவேளை காரணமாகவும் இருக்கலாம். இந்தத் தர்க்கம் கலாசார ரீதியாகச் சரி என்றாலும், ஔரங்கசீப்பின் இந்தியாவில் கோயில்கள் இடிக்கப்பட்டதற்கு வரலாற்று ரீதியான நம்பத்தகுந்த விளக்கத்தைத் தரத் தவறிவிட்டது.

ஔரங்கசீப் ஏன் ஒரு சில கோயில்களை மட்டும் இடித்தார் என்றோ, பெரும்பாலானவற்றை ஏன் தொடாமல் விட்டுவிட்டார் என்பதற்கோ, கலியுகமும், ஜிஹாத்தும், வரலாற்று ரீதியான விளக்கங்களை வழங்கத் தவறிவிட்டாலும், மாற்று மதக் காரணங்கள் நிச்சயம் முக்கியப் பங்களித்திருக்கும். ‘தட்டா, முல்டான் மற்றும் குறிப்பாக காசியில், மாற்றுக் கருத்துடைய சில பிராமணர்கள் நீண்ட காலப் பாரம்பரியமுள்ள பள்ளிகளில் தவறான புத்தகங்கள் மூலம் பாடங்களைப் போதிக்கின்றனர் என்ற செய்தி ஔரங்கசீப்புக்குக் கிடைத்தது’ என்று 1669இல் ஔரங்கசீப் மறைந்த பிறகு சாகி முஸ்தாயித் கான் என்னும் வரலாற்று ஆசிரியர் குறிப்பிடுகிறார். ஆர்வமுள்ள இந்துக்களும், முஸ்லிம்களும், அவர்களிடமிருந்து மோசமான அறிவைப் பெற நீண்ட தூரம் பயணித்தனர். ஜஹாங்கீர் காலம் தொட்டே முஸ்லிம்களை ஈர்த்த மதுரா கேசவ தேவா கோயிலிலும் இதுபோன்ற பிரச்னைகள் இருந்திருக்கக்கூடும்.

முகலாயர்களின் கோணத்தில் மத சம்பந்தமான சில நடவடிக்கைகளை மேற்கொண்ட, குறிப்பாக வசதி குறைந்தவர்கள் மீது தங்கள் ஆதிக்கத்தைச் செலுத்த முயன்ற பிராமணர்களைக் கட்டுப்படுத்த, பல தலைமுறைகளாக முகலாய மன்னர்கள் தொடர்ந்து தீவிர முனைவுகளை மேற்கொண்டு வந்தனர். உதாரணத்துக்கு, தாழ்ந்த சாதி மக்களிடம் இந்து மத நூல்களின் கருத்துகளைத் தவறாகச் சொன்னதற்காக பிராமணர்கள் மீது அக்பர் நடவடிக்கை எடுத்தார். சமஸ்கிருத நூல்கள் அனைத்தையும் பாரசீக பாஷையில் மொழிபெயர்த்தால் மட்டுமே

இவர்கள் தங்களைச் சீர்திருத்திக் கொள்ள முனைவார்கள் என்றும் கருதினார்.

அக்பரைப் போலவே ஔரங்கசீப்பும் தங்கள் சொந்த மதம் குறித்தே தவறான தகவல்களை ஏனைய இந்துக்களிடம் பரப்பும் பிராமணர்கள் மீது நடவடிக்கை எடுத்தார். குறிப்பாக இல்லாத திறமையை இருப்பதுபோல் காட்டிக் கொள்வோரிடம் முஸ்லிம்கள் ஏமாறுவது கண்டு உஷாரானார். இம்முனைவுகள் மூலம் பிராமணர்கள் கணிசமாக லாபமும் ஈட்டியிருக்கலாம். காசியில் அதிக எண்ணிக்கையில் பிராமணர்கள் இருந்ததால், அங்கு நடக்கும் ஆடம்பரமான திருவிழாக்களுக்குக் கூடும் ஏராளமான பக்தர்கள் காரணமாக லாபம் சம்பாதித்தனர்.

இது போன்ற தருணங்களில் தங்கள் குடிமக்கள் ஏமாற்றப் படுவதைத் தடுக்க முகலாய அரசாங்கம் தலையிட்டுக் கடுமையான நடவடிக்கை எடுக்க வேண்டியதாயிற்று. காசி மற்றும் ஏனைய இடங்களிலுள்ள பெரும்பான்மைக் கோயில்களில் நடைபெறும் சந்தேகத்துக்குரிய பழக்கங்கள் மீது விசாரணை நடத்த அதிகாரிகளுக்கு ஔரங்கசீப் உத்தரவிட்டார். ஆனால் காசி விஸ்வநாதர், கேசவ தேவா உள்ளிட்ட சில கோயில்களை எந்த விசாரணைக்கும் உட்படுத்தாமல் உடனடியாக இடித்துத் தள்ளுவதே சரியாக இருக்குமென முடிவெடுத்தார்.

. . .

ஔரங்கசீப் குறி வைத்து இடித்த பெரும்பான்மைக் கோயில்கள் வட இந்தியாவில் இருந்தன. கடந்த முப்பது ஆண்டுகளுக்கும் மேலாக முகலாய சாம்ராஜ்யத்தைத் தனது பிரம்மாண்ட படை மூலம் விரிவுப்படுத்திய பகுதி என்பதால், ஒரு சில விதிவிலக்குகள் தவிர, தக்காணத்திலுள்ள கோயில்களை அவர் இடிக்கவில்லை. மத்திய மற்றும் தென் இந்தியாவிலும் இடிக்க வேண்டிய கோயில்கள் பல இருந்தாலும் அவற்றை விடுத்து அங்குள்ள கோட்டைகள் மற்றும் ராணுவத் தளவாடங்கள் மீதே ஔரங்கசீப் கவனம் செலுத்தினார். முகலாய சாம்ராஜ்யத்துடன் புதிய பகுதிகளை வெற்றிகரமாக இணைப்பதில் தீவிரம் செலுத்திய நிலையில், கோயில் இடிப்புகளைத் தொடர்ந்து மேற்கொள்ள ஔரங்கசீப் ஆர்வம் காட்டவில்லை.

முகலாய சாம்ராஜ்யத்தைத் தெற்கே விரிவுபடுத்த ஔரங்கசீப் முனைந்தபோது எழுந்த கடுமையான எதிர்ப்பைச் சமாளிக்கவும்

இணக்கமாக இருக்கவும் பல்வேறு தந்திரங்களைக் கையாண்டார். கோயில் இடிப்பு என்பது அதிகபட்ச நடவடிக்கை என்பதால் அதை மிக அரிதாகவே எடுக்கவேண்டும் என்பதை இந்த அணுகுமுறை மூலம் ஔரங்கசீப்பும் அவரது அதிகாரிகளும் புரிந்து கொண்டனர்.

7

பின் வரும் ஆண்டுகள்

தக்காணத்தை வெற்றி கொண்டவர்

உலக ஆண்களில் மிகவும் பேராசைக்காரர்களைப் பார்த்திருக்கிறேன். ஔரங்கசீப் ஆலம்கீர் போன்ற எதற்கும் ஆசைப்படாத ஒரு சக்ரவர்த்தி கோட்டைகளைப் பிடிக்க, அதாவது சில கற்குவியல்களுக்காக ஏக்கத்துடனும் ஆர்வத்துடனும் மூச்சிறைக்க ஓடியிருக்கிறார்.

– இந்து படைவீரரான பீம்சென் சாக்சேனாவின் பாரசீக நினைவுக் குறிப்புகள் (1707)

கடவுளின் மனிதன் ரொட்டியின் பாதியைத் தின்றால், மீதிப் பாதியை ஏழைக்குக் கொடுப்பான்.

ஆனால் மன்னன் பிரம்மாண்ட நிலப்பரப்பை கைப்பற்றினாலும், மிகுதியான ஆசையுடன் இன்னொன்றுக்கும் ஏங்குவான்.

– சாடி, குலிஸ்தான்

தில்லியிலுள்ள மயிலாசனத்தை விட்டுவிட்டு 1680களின் தொடக்கத்தில் ஔரங்கசீப் தக்காணத்துக்கு இடம் பெயர்ந்தார். தக்காணத்தில் முகலாய சாம்ராஜ்யத்தை விரிவுபடுத்த ஒவ்வொரு தளபதியாக மாற்றியும் தோல்வியிலேயே முடிந்தது. அக்பர் காலம் தொட்டே தக்காணத்தை விருப்பமான பகுதியாக முகலாயர்கள் மாற்றியதுடன், பிராந்தியத்துக்குள்ளேயே எண்ணற்ற ராணுவ

1687இல் கோல்கொண்டா முற்றுகையின் போது பேரரசர் ஔரங்கசீப்
(c. 1750–90. Anne S. K. Brown Military Collection, Brown University Library)

நடவடிகைககளை மேற்கொண்டுள்ளனர். ஆனால் ஔரங்கசீப் தென் இந்தியாவை வெற்றி கொள்ள முன்னெப்போதும் இல்லாத வகையில் ஏராளமான ராணுவத் தளவாடங்களைக் குவித்துப் போர்க்களத்திலேயே தனது கடைசி பத்தாண்டுகளைக் கழித்தார்.

புரட்சி செய்து கொண்டிருந்த இளவரசன் அக்பர் தவிர உயிரோடிருக்கும் மகன்கள், அந்தப்புரத்துப் பெண்கள் உள்பட பல்லாயிரக்கணக்கான பரிவாரங்களுடன் ஔரங்கசீப் தெற்கு நோக்கிப் பயணித்தார். கடைவீதி, இராணுவம், குழப்பமான வரிசையில் அரசு அதிகாரிகள், பணியாளர்கள் என அனைவரையும் உள்ளடக்கும் வகையில் அவரது நடமாடும் முகாம் அமைந்திருந்தது. பல மாத நீண்ட தூரப் பயணத்துக்குப் பிறகு அனைத்து வசதிகளையும் கொண்ட ஔரங்கசீப்பின் பிரம்மாண்ட வாகனம் தக்காணத்தை அடைய, தனது வெற்றி குறித்த இலக்கைத் திட்டமிடத் தொடங்கினார்.

பெரும்பான்மை முகலாய மன்னர்கள் இடம் விட்டு இடம் பெயரும் குணம் கொண்டவர்களாக இருந்ததால், முகலாய பாரம்பரியத்தை ஔரங்கசீப் பின்பற்றிய போது பரிவாரங்களுடன் தலைநகரும் அவரைப் பின் தொடர்ந்தது. ஆனால் ஔரங்கசீப் புதுமையாக நிரந்தரமாகவே தெற்குக்குக் குடியேறினார். ஔரங்கசீப் தக்காணத்துக்கு மாறியதைத் தொடர்ந்து தில்லி புறக்கணிக்கப்பட்ட நகராகக் களையிழந்ததுடன், கணிசமான மக்கள் தொகையையும் இழந்தது. செங்கோட்டை அறைகளில் தூசியும், அழுக்கும் படிய, வெளிநாட்டுப் பிரதிநிகள் கண்டு களிக்கக் தகுதியற்றுப் போனது.

தனது தக்காணப் பிராந்திய எல்லை விரிவாக்க முனைவுகளில் ஈடு இணையற்ற வெற்றிகளை ஔரங்கசீப் குவித்தார். துணைக் கண்டத்தின் தென் பாதி முழுவதிலும் முகலாய ஆதிக்கத்தைச் செலுத்த ராணுவ மற்றும் ராஜதந்திர நடவடிக்கைகள் இரண்டையும் பயன்படுத்தினார். ஆனால் ஔரங்கசீப் உயிருடன் இருந்தபோதே முகலாய சாம்ராஜ்யத்தின் எதிர்காலத்தை உணர்த்தும் வகையில் தக்காணப் போர்களில் சமிக்ஞைகள் தென்பட்டன. ஔரங்கசீப்பின் பிறகாலப் பத்தாண்டுகளில் ஔரங்கசீப் மேற்கொண்ட இரக்கமற்ற கொடுமையான தாக்கு தல்களும், முடிவற்ற முற்றுகைகளும் மேலோட்டமாக வெற்றி களைத் தந்தாலும், நிறைவாக வெற்றுச் சூன்யத்தில் முடிந்தது.

• • •

ஔரங்கசீப்பின் பல தக்காண வெற்றிகளில் முக்கியமானவை மற்றும் மதிப்பு மிக்கவை பீஜாபூர் மற்றும் கோல்கொண்டா சுல்தானகத்தைக் கைப்பற்றியதுதான். ஆனால் அவற்றைக் கைப்பற்ற அவர் கொடுத்த விலை மிகவும் அதிகம்.

1489 தொடங்கி அடில் ஷாகீஸ் வம்சத்தின் ஆட்சியின் கட்டுப்பாட்டில் இருந்த பீஜாபூர் மீது 1685இல் சுமார் 80,000 படை வீரர்களுடன் முற்றுகையிட்டார் ஔரங்கசீப். அப்போது பீஜாபூர் மன்னராக இருந்த சிக்கந்தரும், காவலுக்கு இருந்த 30,000 வீரர்களும், கோட்டைச் சுவர்களுக்கு உள்ளேயே 15 மாதங் களுக்கும் மேலாக வெளியே வர முடியாமல் சிக்கிக் கொண்டனர். உணவின்றி இரண்டு பக்கங்களிலும் ஏராளமானோர் மரணம் அடைந்தாலும், சிக்கந்தர் சரணடையும் வரை முகலாயர்கள் முற்றுகையைக் கைவிடவில்லை. இனியும் கோட்டைக்கு உள்ளே இருந்தால் உயிர் பிழைக்க முடியாது என்ற அச்சத்தில் 1686இல் சிக்கந்தர் சரணடைந்தார். முகலாய சாம்ராஜ்யத்தை ஏற்றுக்கொண்டு அடிபணிவதாகக் கீழே விழுந்து வணங்கினார்.

குதுப் ஷாஹி பரம்பரையைச் சேர்ந்தவர்கள் 1518இல் கோல்கொண்டாவில் தங்கள் ஆட்சியை முதன் முதலாக நிறுவினர். வஞ்சம், துரோகம் காரணமாக அடுத்த ஆண்டே முகலாயர்களிடம் ஆட்சி வீழ்ந்தது. விரட்டப்பட்ட குதுப் ஷாஹி படைகள் கோல்கொண்டா கோட்டைக்குள் புகுந்துகொள்ள, முகலாயப் படைகள் நான்கு புறமும் தடுப்புக் காவல்களைப் பலப்படுத்தி முற்றுகையிட்டன. எட்டு மாதங்கள் பொறுமை காக்க, உணவும், தண்ணீரும் இன்றி உள்ளிருந்த வீரர்கள் ஒவ்வொருவராக இறக்கத் தொடங்கினர். பசியையும் தாகத்தையும் இனிமேலும் தாங்கிக்கொள்ள முடியாமல் கோல்கொண்டா அதிகாரி ஒருவன், ஔரங்கசீப்பிடம் இருந்து லஞ்சம் பெற்றுக் கொண்டு, கோட்டை வாயில் கதவின் பாதியை இரவு நேரத்தில் திறந்து வைக்க ஒப்புக்கொண்டான். முகலாயப் படைகள் அதன் வழியே உள்ளே புகுந்து குற்றுயிரும் குலையுயிருமாக இருந்த வீரர்களைக் கொன்று குவித்துக் கோட்டையைப் பிடித்தனர். இந்த வெற்றியின் மூலம் கோல்கொண்டா குதுப் ஷாஹி அரசு வீழ்ந்ததுடன், அவர்களிடம் இருந்த புகழ் பெற்ற வைரச் சுரங்கங்களும் முகலாயர்கள் குடையின் கீழ் வந்தன.

கோல்கொண்டாவுக்குப் பிறகு ஔரங்கசீப்புக்கு மிகப் பெரிய எதிரிகளாக விளங்கியவர்கள் மராட்டியர்கள். தமிழகத்தில்

மராட்டியர்கள் வசமிருந்த செஞ்சிக் கோட்டையை 1698இல் முகலாயர்கள் கைப்பற்றினர். 1699 முதல் 1706 வரை மராட்டியர்களுக்குச் சொந்தமாக இருந்த பத்துக்கும் மேற்பட்ட மலைக் கோட்டைகளை ஔரங்கசீப்பின் படைகள் கைப்பற்ற, முகலாய சாம்ராஜ்யம் கிட்டத்தட்ட துணைக் கண்டம் முழுவதும் பிரம்மாண்டமாக விரிவடைந்தது. மொத்தத்தில் ஔரங்கசீப் தனது சாம்ராஜ்யத்துடன் நான்கு புது ராஜ்தானிகளை இணைத்துக் கொண்டார். இவற்றின் விஸ்தீரணம் முகலாய சாம்ராஜ்யத்தின் கால் பகுதிக்கும் அதிகமாகும். ஆனால் கையகப்படுத்திய நிலப்பரப்பு நீண்ட காலம் நிலைத்திருக்கவில்லை. ஔரங்கசீப் இறந்த அடுத்த சில பத்தாண்டுகளுக்குள் தக்காணத்தில் முகலாயர் வசமிருந்த அனைத்தும் கைநழுவ, சாம்ராஜ்யம் சீட்டுக் கட்டுபோல் சரியத் தொடங்கியது.

• • •

ஔரங்கசீப் ஆட்சியில், தக்காணத்தில் அவர் மேற்கொண்ட ராணுவ நடவடிக்கைகள் முகலாயப் பேரசுக்குப் பல்வேறு பிரச்னைகளுக்கு வழிவகுத்தன. தொடர் போர்கள் காரணமாக அரசு கஜானா காலியானதால், அரச குடும்ப உறுப்பினர்களின் விருப்பங்கள் நிறைவடையாமல் ஊக்கமிழந்தனர். ராஜபுத்திரர்களும் ஏனைய வட இந்தியர்களும் பல பத்தாண்டுகள் வீட்டை விட்டுத் தொலை தூரத்தில், பல்வேறு சூழல்களுக்கு இடையே, தென் இந்தியாவில் இருப்பதை விரும்பவில்லை. குறிப்பாகத் தட்ப வெப்ப நிலை, கலாசாரம் ஆகியவை முற்றிலும் வேறுபட்டதால் தென் இந்தியர்கள் சக மனிதர்களாகவே இவர்களைக் கருதவில்லை என்று ஆதங்கப்பட்டனர்.

உதாரணத்துக்கு, உத்தரப் பிரதேசத்தைச் சேர்ந்த கயாஸ்தா இனத்தைச் சேர்ந்த பீம்சேன் சாக்சேனா என்பவரின் பரம்பரையே முகலாய மன்னர்களிடம் பல தலைமுறைகளாக வேலை பார்த்து வந்தது. குடும்பத்தைப் பிரிந்து நீண்ட தூரம் பயணித்து எங்கோ தென் இந்தியாவில் பணியாற்றுவதில் உள்ள கஷ்டங்களை அவர் வெளிப்படையாக எழுதினார். தென் இந்தியர்கள் முற்றிலும் அந்நியமானவர்கள் என்றும் தன்னை வெறுத்தார்கள் என்றும் பதிவு செய்தார்.

1690களின் மத்தியில் நடைபெற்ற தக்காணப் போர்களை விவரிக்கையில், தென் இந்திய இந்துக்கள் குறித்து (மிகவும் மட்டமாக) பீம்சேன் குறிப்பிட்டுள்ளார். ‘கருப்பு நிறம், கோரமான

வடிவம் மற்றும் அசிங்கமான உருவம் கொண்டவர்கள் என்றும் முன்பின் இவர்களைப் பார்த்திராத ஒருவன் இரவு நேரத்தில் காண நேர்ந்தால் அச்சத்தில் உறைந்துபோய் செத்துவிடுவான்' என்றும் கேவலப்படுத்தி உள்ளார். மேலும் 'அருவெறுப்பானவர்கள் என எண்ணும் இவ்வகை மக்களுடன் வாழ வேண்டிய நிர்பந்தத்துக்குத் தள்ளப்பட்டதால், முகலாய அரசுப் பணி தனது முந்தைய சிறப்பை இழந்து விட்டது என்பதே பெரும்பான்மையோர் கருத்தாகும்' என்றும் கூறுகிறார்.

ஏனைய அரசு அதிகாரிகளுக்குத் தென் இந்தியச் சேவை சகிக்கக்கூடியதாகவே இருந்தாலும், முகலாய மான்சாப் (அரசு மற்றும் ராணுவ அதிகாரிகளின் பதவி படிநிலை) அதன் கட்டமைப்பு காரணமாகவே விரிசலடையத் தொடங்கியது. ராஜாங்க உயர் குடியினர் தங்களுக்கான வருவாய் வசூலிப்புக்குத் (ஜாகீர்) தேவையான நிலம் கிடைக்கப் பல ஆண்டுகள் காத்திருக்க வேண்டியதாயிற்று. போதிய வருமானம் இல்லாத காரணத்தால் முகலாய உத்தரவின்படி தங்களிடம் வேலை பார்க்கும் வீரர்களுக்குச் சம்பளம் கொடுக்க முடியவில்லை. விரக்தியின் காரணமாக விசுவாசமின்மையும் ஆணைகளுக்குக் கீழ்ப்படியாமையும் வீரர்களிடம் பரவலாகக் காணப்பட்டது.

தக்காண ஆண்டுகளில் முகலாயப் படைவீரர்கள் மற்றும் ராஜாங்க உயர் குடியினரிடையே நிலவிய அமைதியின்மை குறித்த சில அறிகுறிகள் செஞ்சிக் கோட்டை முற்றுகை மூலம் தெரிய வந்தது. செஞ்சிக் கோட்டையை ஔரங்கசீப் 1698இல் கைப்பற்றினாலும் அது சுமார் எட்டு ஆண்டு கடுமையான முற்றுகைக்குப் பிறகே சாத்தியமாயிற்று. இந்த முற்றுகை நீண்ட காலம் நீடித்ததற்கான காரணம் ஏற்றுக்கொள்ளத் தக்கதாக இல்லை. இப்பணியை விரைந்து முடிக்க விருப்பமின்றித் தாமதப்படுத்தியதால், இதற்கான முழுப் பழியைத் தளபதி ஜுல்ஃபிகர் கான் மீதே அக்காலத்திய வரலாற்று ஆய்வாளர்கள் சுமத்தினர்.

செஞ்சிக் கோட்டையைக் ஆண்டு கொண்டிருந்த மராட்டியர்களுடன் ஜுல்ஃபிகர் கான் ரகசிய ஒப்பந்தம் செய்து கொண்டதாகவும் வதந்திகள் உலா வந்தன. அடுத்த பணியிட மாற்றம் ஆஃப்கானிஸ்தானிலுள்ள பாழடைந்த தொலைதூர நகரான காந்தஹார் என்பதால் அதைத் தவிர்க்கவே ஜுல்ஃபிகர் கான் கோட்டையைப் பிடிக்கும் முயற்சியைத் தாமதப்படுத்தினார் என்றும் சொல்லப்பட்டது. காரணம் எதுவாக இருப்பினும்,

முற்றுகையைத் தேவையின்றி தாமதப்படுத்தியது முகலாய ராணுவ மன உறுதி மட்டுமின்றி சாம்ராஜ்யத்தின் ஏகாதிபத்தியமும் கைநழுவிக் கொண்டிருப்பதன் அடையாளமாகவே கருதப் பட்டது.

• • •

படை வீரர்கள் தள்ளாடினாலும், வெற்றிகளைக் குவிக்க வேண்டும் என்னும் ஔரங்கசீப்பின் ஆர்வம் வயது ஏற, ஏற இன்னும் அதிகமானதே தவிர குறையவில்லை. அறுபதுகள், எழுபதுகள் மற்றும் எண்பதுகளில் ஔரங்கசீப் தக்காணத்தில் தங்கியிருந்ததுடன், பல போர்களையும் முற்றுகைகளையும் தனிப்பட்ட முறையில் நேரடியாகவே கண்காணித்தார். 'சில கற்குவியல்களுக்காக ஔரங்கசீப் மூச்சிறைக்க ஓடுகிறார்' என்று பீம்சேன் சற்றுக் கடுமையான சொற்களால் அவரது நடவடிக்கையை விமர்சித்தார்.

உடல் நலம் நன்றாக இருந்தாலும் சரி, நலிவுற்று இருந்தாலும் சரி, முற்றுகைகள் அதிக அளவில் தொடர ஆணையிட்டதாலேயே ஔரங்கசீப் சுறுசுறுப்புடன் உயிர் வாழ்ந்து கொண்டிருந்தார். 'இந்த உடலில் ஒற்றை மூச்சுக் காற்று இருக்கும் வரை, உழைப்பிலிருந்தும் பணியிலிருந்தும் விடுதலை கிடையாது' என்று நிர்வாகி ஒருவருக்குக் கடிதம் எழுதினார் ஔரங்கசீப். ஏனைய அதிகாரிகளின் மனநிலைக்கு மாறாகத் தென் இந்தியாவில் வசிப்பதை ஔரங்கசீப் விரும்பினார். 'புத்துணர்வு தரும் காற்று, சுத்தமான தண்ணீர், விரிவான விவசாயம்' என்று தான் இளவரசனாக இருந்த காலத்தில் தக்காணத்தைப் பாராட்டித் தந்தைக்கு கடிதம் எழுதியுள்ளார் ஔரங்கசீப்.

தென் இந்தியாவில் ஔரங்கசீப்பின் பல நடவடிக்கைகள் மனித உயிரையும், வாழ்வாதாரத்தையும் கடுமையாக பாதித்தன. முகலாயர்களும் மராத்தியர்களும் ஒரே மாதிரியாக கிராமப்புற மக்களை வாட்டி எடுக்க, குறிப்பிட்ட பகுதிகளில் பஞ்சம் நிலவியது. முகலாய முற்றுகைகளாலும், அதைத் தொடர்ந்து வந்த நோய்களாலும், இறப்புகள் பெருகி, மக்கள் தொகை சரியத் தொடங்கியது. உதாரணத்துக்கு 1690இல் பீஜாப்பூரின் மக்கள் தொகை, முகலாயர்களின் தாக்குதல் மற்றும் கொள்ளை நோயான காலரா காரணமாக, ஐந்து வருடத்துக்கு முன்பிருந்த மக்கள் தொகையுடன் ஒப்பிடுகையில் சரி பாதியாகக் குறைந்தது.

கருணை காட்டக் கோரிக் கதறி அழுதும் ஔரங்கசீப் மனம் இரங்கவில்லை, விரிவாக்க முனைவுகளைக் கைவிடவுமில்லை, தந்திர உபாயங்களைச் சரி செய்து கொள்ளவுமில்லை. எனினும், அவ்வப்போது கொஞ்சம் நிவாரணத் தொகை மட்டும் வழங்கினார். உதாரணமாக கடுமையாகப் பாதிக்கப்பட்ட பகுதிகளில் வரி வசூலிப்பில் சலுகை காட்டினார். வறட்சி வாட்டி எடுத்த ஐதராபாத்தில் 1688-89இல் ஜிஸ்யா வரியை முற்றிலும் ரத்து செய்தார். தக்காணத்தில் நிலவிய பஞ்சம் மற்றும் தொடர் போர்கள் காரணமாக பலர் இறந்ததால், 1704இல் ஜிஸ்யா வரி செலுத்துவதிலிருந்து முழுமையான விலக்கு அளித்தார். முகலாயர்களுக்கும் மராத்தியர்களுக்கும் இடையே தொடர்ந்து நடைபெற்ற போர்களால் மக்கள் கடுமையாகப் பாதிக்கப் பட்டதால், மேற்கூறிய சலுகைகள் அவர்களுடைய கஷ்டத்தை எந்த வகையிலும் குறைக்கவுமில்லை, எதிர்பார்த்த பயனைத் தரவுமில்லை.

ஔரங்கசீப் சக்ரவர்த்தி என்பதால், சாம்ராஜ்யத்தை விரிவுபடுத்தும் அவரது நோக்கத்தை நியாயப்படுத்தச் சிறப்புக் காரணங்கள் தேவையில்லை. இருப்பினும், பல்வேறு முகலாய அதிகாரிகளின் சிறப்பான ஆலோசனைகளையும் மீறி, வயது முதிர்ந்த காலத்தில், இதுபோன்ற கடுமையான முனைவுகளை எடுக்க, ஔரங்கசீப்பை எது உந்தித் தள்ளியது என்பது புதிரான விஷயமே.

நேருக்கு நேர் மோதும் போரில் முகலாயர்களுக்கு எந்த விதத்திலும் மராட்டியர்கள் இணை இல்லை என்றாலும் அவர்களது விடாமுயற்சி, வேகம், ஆச்சரியமூட்டும் கொரில்லா போர் முறை ஆகியவை ஔரங்கசீப்புக்கு எரிச்சலூட்டி விரக்தி அடைய வைத்தது. அதிக அளவிலான நிலப்பரப்பு முகலாய சாம்ராஜ்யத்துக்கு முட்டுக் கொடுக்கும் என்று ஔரங்கசீப் நம்பினாரா? தென் இந்தியாவை வெற்றி கொள்ள வேண்டுமென தனது வாழ்க்கையையே அர்ப்பணித்த ஔரங்கசீப்பால், ஒரு கட்டத்தில் அதை விட்டு எப்படி வெளியேறுவது என்று தெரியாமல் தடுமாறினாரா? காரணம் எதுவாக இருப்பினும், அதிக அளவிலான நிலப்பரப்பைச் சொந்தமாக்கிக் கொள்ள வேண்டும் என்னும் ஓட்டத்தில் ஔரங்கசீப் தன்னையே தொலைத்தார் என்பதுதான் நிஜம்.

மரணத்தின் வாயிலில் மன்னர்

இந்த உலகின் சோகம் மிகப் பெரியது. என்னிடம் இருப்பது ஒரேயொரு இதய மொட்டு மட்டுமே. பாலைவனத்தின் மணல் முழுவதையும் மணிக்குடுவையில் எவ்வாறு என்னால் நிரப்ப முடியும்?

– ஔரங்கசீப்

ஔரங்கசீப்பின் இறுதி ஆண்டுகள் போர்களால் நிரம்பி இருந்தாலும், தனது வாழ்க்கைக்காகவும், முகலாய சாம்ராஜ்யத்தின் எதிர்காலத்துக்காகவும், கொஞ்சம் நேரம் ஒதுக்கினார். தக்காணத்தில் வெற்றிக் கொடி நாட்டிய நிலையிலும் தனது தளபதிகள், ராஜாங்க அதிகாரிகள், குடும்ப உறுப்பினர்கள் ஆகியோருக்குக் கடிதம் எழுதத் தவறவில்லை. அவரது வாழ்க்கை தொடர்பான அகநோக்கங்கள், வருத்தங்கள், இந்திய வரலாற்றில் அவருக்குள்ள இடம், முகலாய சாம்ராஜ்யத்தின் மிகப் பெரிய அனுபவம் ஆகியவற்றை இந்த ஆவணங்கள் வெளிப்படுத்துகின்றன.

வயதான காலத்தில் ஔரங்கசீப்பின் கவலையும், அக்கறையும், மிகச் சாதாரணமாகவும், மனித இயல்பு என்று எண்ணத் தக்கதாகவும் இருந்தன. அவருக்குப் பிடித்தமான பழங்களுள் ஒன்றான மாம்பழம் பற்றி அடிக்கடி எழுதினார். மாம்பழத்தின் மீதான விருப்பம் முகலாய சாம்ராஜ்யத்தின் நிறுவனரான பாபர் காலம் தொட்டே தொடங்கியது. 'மாம்பழம் நல்லது என்றால் அது உண்மையிலேயே நல்லதுதான்' என்று தனது சுயசரிதையில் கூறியுள்ளார்.

தனது மகன்களுக்கும் ராஜாங்க அதிகாரிகளுக்கும் ஏராளமான மாம்பழக் கூடைகளை அனுப்புமாறு வேண்டுகோள் விடுத்த ஔரங்கசீப், அவர்கள் உடனே அனுப்பி வைத்தால் அது குறித்து சந்தோஷப்பட்டு பாராட்டுவார். வடமொழிச் சொல்லகராதியில் இருந்து சில இந்தி வார்த்தைகளைத் தேர்ந்தெடுத்து அவற்றைப் பரவலாக அறிமுகமற்ற விலங்குகளுக்கும், தாவரங்களுக்கும் - உதாரணத்துக்கு சுதாராஸ் (அம்ப்ரோஸியா - தேன்) மற்றும் ரஸ்னபிலாஸ் (நாவுக்குச் சுவையான) - விளையாட்டாகச் சூட்டி மகிழ்வார். கூடைகளில் அனுப்பி வைக்கப்பட்ட மாம்பழங்கள் அழுகியிருந்தால் முணுமுணுப்பார்.

தனது இளமைக் கால நினைவலைகளில் மூழ்கி குடும்பத்தினருடன் ஒன்றாக இருந்த நாள்களை எண்ணி சந்தோஷப்படுவார். 1700இல் இளவரசன் அஜம்-க்கு எழுதிய கடிதத்தில் அவரது குழந்தைப் பருவ நினைவலைகளைப் பகிர்ந்து கொண்டார். தந்தை என்னும் வார்த்தைக்கான இந்திச் சொல்லையும், அரசு முரசுகளின் ஒலியையும், ஒருசேரப் பயன்படுத்தி 'பாபாஜி... தும்... தும்...' என்று மழலையில் கூறியதை ஔரங்கசீப் கடிதத்தில் குறிப்பிட்டார்.

தனது கடைசி மகன் காம் பக்ஷ் என்பவனின் தாயும், இசைக் கலைஞருமான உதய்பூரியுடன் வசிப்பதையே ஔரங்கசீப் விரும்பினார். மரணப் படுக்கையில் இருந்தவாறு ஔரங்கசீப் தனது மகன் காம் பக்ஷுக்கு எழுதிய கடிதத்தில் 'நான் இறக்கும் தருணத்திலும் உன் அம்மா உதய்பூரி என்னுடன் இருக்கிறாள். நான் இறந்தவுடன் அவளும் இறந்துவிடுவாள்' என்று குறிப்பிட்டிருந்தார். சொன்னதுபோல் 1707இல் ஔரங்கசீப் இறந்த சில மாதங்களில் அவளும் மரணமடைந்தாள்.

பழைய விஷயங்களைப் பின்னோக்கிப் பார்த்ததுபோல் ஔரங்கசீப் கடைசி காலத்தில் எதிர்காலத்தையும் முன்னோக்கிப் பார்த்தார். பிடிக்காவிட்டாலும் கூட.

. . .

நியாயமான காரணங்களுடன் தனது சாம்ராஜ்யத்தின் எதிர்காலம் குறித்த அச்சம் ஔரங்கசீப்புக்கு நிறையவே இருந்தது. முகலாய சாம்ராஜ்யத்தை அசைத்துப் பார்த்த ஏராளமான நிதி மற்றும் நிர்வாகச் சிக்கல்களுடன், இத்தகைய சிரமங்களைக் கடந்து சென்று சமாளிக்கக்கூடிய திறமையான ஒருவரைக் கூட ஔரங்கசீப்பினால் கண்டுபிடிக்க முடியவில்லை.

ஔரங்கசீப் இறக்கும் போது அவரது மகன்களில் மூவர் உயிருடன் உடனிருந்தாலும் (மற்ற இருவர் ஏற்கெனவே இறந்துவிட்டனர்), அவர்களுள் ஒருவரிடம்கூட மன்னனுக்கு உரிய தகுதிகள் இருப்பதாக அவர் கருதவில்லை. உதாரணத்துக்கு, பதினெட்டாம் நூற்றாண்டுக் கடிதம் ஒன்றில், காந்தஹாரைக் கைப்பற்ற முடியாமைக்காக ஔரங்கசீப் தனது இரண்டாவது மகன் முஸ்ஸாமைக் கடுமையாகக் கடிந்துகொண்டார். 'தகுதி இல்லாத மகனைக் காட்டிலும் மகள் சிறப்பானவள்' என்று குறிப்பிட்டிருந்தார். மேலும் அக்கடிதத்தில் 'இந்த உலகில்

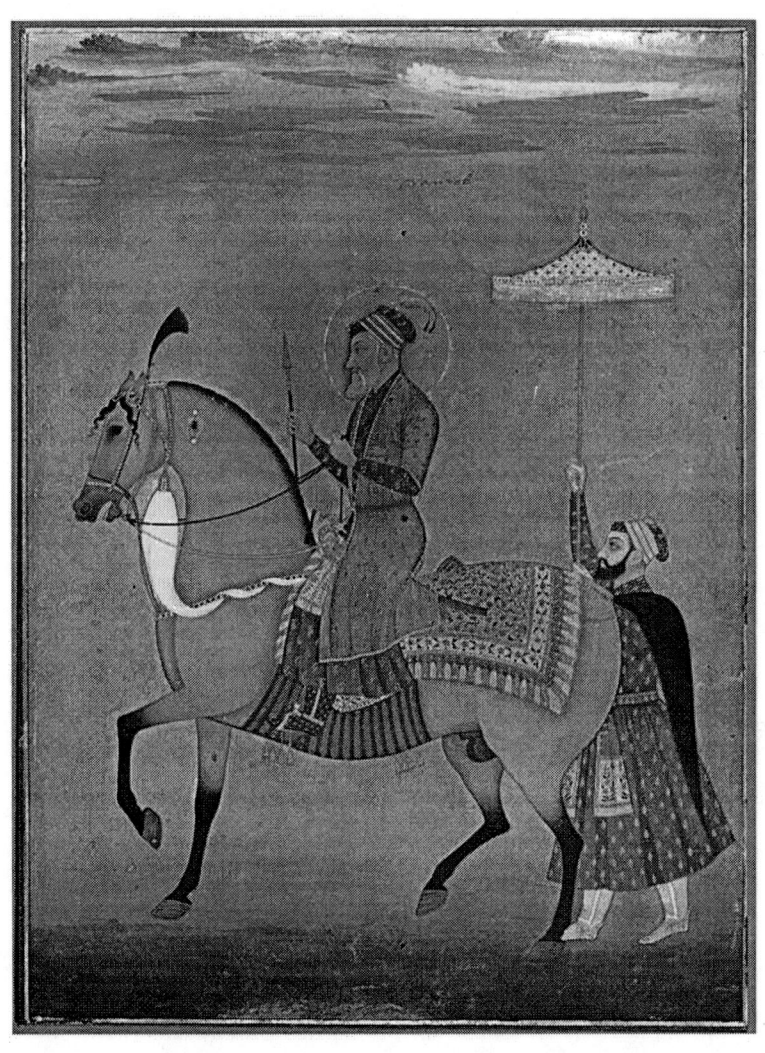

குதிரையில் பேரரசர் ஔரங்கசீப்
(ca. 1690–1710, The Cleveland Museum of Art)

உன்னுடைய எதிரிகளுக்கும் அடுத்ததாக, புனிதமான, மிக உயர்ந்த, ஆற்றல் மிகுந்த கடவுளிடமும் உன் முகத்தை எப்படிக் காட்டுவாய்?' என்றும் கடுமையாகக் கோபித்துக் கொண்டார்.

முகலாய சிம்மாசனத்தில் அமர்வதற்கு அவரது மகன்கள் தகுதியற்றுப் போனதற்கும் தயாராகாமல் போனதற்கும் தானே பொறுப்பு என்பதை ஔரங்கசீப் உணரவே இல்லை. முகலாய இளவரசர்களின் செயல்பாடுகளிலும் தன்னாட்சியிலும், ஔரங்கசீப் அடிக்கடி தலையிட்டதால் அவர்களுக்கு உண்டான பாதிப்பு குறித்து முனீஸ் ஃபரூகி என்னும் இஸ்லாமிய வரலாற்று ஆசிரியர் விரிவாக எழுதியுள்ளார். 1700களில் ஔரங்கசீப் தனது மகன்களை விடவும் பேரன்களுக்கே அதிக முன்னுரிமை அளித்ததால், மகன்களின் நிலை இன்னும் பலவீனமடைந்தது. சில சமயங்களில் இளவரசர்களை விடவும் ராஜ்யத்தில் பொறுப்பிலுள்ள உயர் அதிகாரிகளுக்கு அதிக முக்கியத்துவம் தந்தார்.

உதாரணத்துக்கு, ஔரங்கசீப்பின் இளைய மகன் கம் பக்ஷ், செஞ்சி மராட்டிய மன்னன் ராஜாராமுடன் சட்ட விரோதப் பேச்சு வார்த்தைகள் நடத்தியபோது, தலைமை அமைச்சர் ஆசாத் கானும், ராணுவ தளபதி ஜுல்ஃபிகர் கானும், இளவரசன் என்றும் பாராமல் தண்டனைக்குரிய குற்றமாக 1693இல் அவரைக் கைது செய்தனர். ஔரங்கசீப் எழுதியதாகக் கூறப்படும் கடைசி உயிலில், முகலாய சாம்ராஜ்யத்தை மூன்று மகன்களுக்கும் பிரித்துக் கொடுத்துடன், நிலைத் தன்மையுடன் நீடித்திருக்க அசாத் கான் உள்ளிட்ட சிறப்பு அதிகாரிகளையும் நியமித்தார்.

பல தலைமுறைகளாக முகலாய இளவரசர்கள் விரிவான வலைப்பின்னல்களைக் கட்டமைத்திருந்தனர். முகலாய சாம்ராஜ்யத்துக்குள் புதிய குழுக்கள் இணைந்திருந்தன. மற்றொரு பக்கம், பிளவுபடாத சாம்ராஜ்யத்தின் மகுடத்துக்காக இளவரசர்கள் தங்களுக்குள் சண்டையிட்டுக் கொண்டனர். சுருக்கமாகச் சொல்வதென்றால், வாரிசுப் போட்டிகள் புதுப்பிக்கப் பட்டுக் கொண்டிருந்ததாலேயே, முகலாய சாம்ராஜ்யம் உயிரோட்டத்துடன் இருந்தது. ஆனால் முகலாய இளவரசர்களின் அதிகாரங்களையும் ஆற்றலையும் ஔரங்கசீப் குறைத்ததால், தருணம் வரும்போது சண்டை போடவோ, ஆட்சி செய்யவோ அவர்களுக்கு இயலாமல் போனது.

• • •

தனது மகன்களைக் கட்டுப்படுத்தியதாலேயே முகலாய சாம்ராஜ்யம் பாதிப்புக்கு உள்ளானது என்பதை ஔரங்கசீப் உணரவில்லை. ஆனால் முகலாய அரசாட்சியின் ஏனைய முக்கிய அம்சங்களை அவர் நன்கு புரிந்து வைத்திருந்தார். தனது மகன்களுக்கும் பேரன்களுக்கும் பிற்காலத்தில் அவர் எழுதிய கடிதங்களில் முகலாய இறையாண்மை குறித்த தனது விசாலமான தொலைநோக்குப் பார்வையைப் பதிவு செய்துள்ளார்.

அஜம் ஷாவின் மூத்த மகனும், பேரனுமான பிடர் பக்த் என்பவருக்கு 1691இல் எழுதிய கடிதத்தில் சிறப்பாக வாழ்வது மற்றும் ஆட்சி செய்வது பற்றி விவரித்துள்ளார். முதல் வேலையாகக் காலை எழுந்தவுடன் பிரார்த்தனை செய்ய வேண்டுமென்றும், தண்ணீருடன் குரான் வரிகளை உச்சரித்த பிறகு அதைக் குடித்தால், நோயிலிருந்தும், அச்சத்திலிருந்தும் நம்மைப் பாதுகாக்கும் என்றும் பரிந்துரைக்கிறார். அடுத்து அக்பர் காலத்துப் பழைய முகலாய சம்பிரதாயமான, துலாபாரத்தில் உடல் எடைக்கு எடை பொருள்களை நிறுத்தி, பின்னர் அவற்றை ஏழைகளுக்குத் தானம் செய்ய வேண்டுமென்றும் பிடர் பக்துக்கு ஆலோசனை வழங்குகிறார்.

இந்து தர்மத்தில் வேரூன்றிய துலாபார சம்பிரதாயத்தை ஔரங்கசீப் அங்கீகரித்துத் ‘தங்கம், வெள்ளி, செம்பு, தானியம், எண்ணெய் மற்றும் ஏனைய பொருள்களை உடல் எடைக்கு எடை துலாபாரத்தில் நிறுத்துவது நம் பண்டைய மண்ணின் பழக்கமோ, (இந்தியாவில் வாழும்) இஸ்லாமியர்களின் பழக்கமோ இல்லை என்றாலும், இந்தப் பழக்கம் ஏழைகளுக்கும், வறுமையில் வாடுபவர்களுக்கும், பெருமளவு பலனளிப்பது உண்மையே’ என்று எழுதுகிறார்.

ஷாஜஹான் ஆண்டுக்கு இருமுறை துலாபாரத்தில் எடைக்கு எடை பொருளை நிறுத்தித் தானம் தந்தார் என்ற தகவலைக் கடிதத்தில் குறிப்பிடும் ஔரங்கசீப், இந்தச் சடங்கைப் பேரன் பிடர் பக்த் ஆண்டுக்குப் பதினான்கு முறை செய்ய வேண்டும் என்றும் ஆலோசனை தருகிறார். தனது ஆட்சியின் முதல் பத்தாண்டுகள் இதே துலாபாரச் சடங்கை செய்து வந்து ஔரங்கசீப் ஏனோ திடீரென நிறுத்திவிட்டார். (இருப்பினும் இந்தச் சடங்கை பின்னாளில் மீண்டும் புதுப்பித்திருக்கலாம் என்கிறார் ஜான் ஒவிங்டன் என்னும் பாதிரியார்). எடைக்கு எடை பொருளை நிறுத்தித் தானம் வழங்கும் துலாபார இந்து சம்பிரதாயம்,

தனிப்பட்ட முறையில் ஔரங்கசீப்புக்குப் பிடிக்காவிட்டாலும் கூட, இந்திய முகலாயப் பாரம்பரியத்தின் ஓர் அங்கமாகவே அதை அங்கீகரித்தார்.

தனது மகன் அஜம் ஷாவுக்கு எழுதிய கடிதத்தில் ஷாஜஹான் இசையை ரசித்தார் என்று ஔரங்கசீப் குறிப்பிடுகிறார். தனிப்பட்ட முறையில் இசை ரசனையைப் பல பத்தாண்டுகளுக்கு முன்பே நிறுத்திவிட்டாலும்கூட, மன்னரின் அன்றாடச் செயல்பாடுகளில் இதுவுமொன்று என ஷாஜஹானின் இசை ஆர்வத்துக்கு ஔரங்கசீப் ஒப்புதல் தருகிறார். முகலாய மன்னராக இருப்பதற்குப் பல வழிகள் உள்ளன என்றும், கடுமையான எதிர்ப்பிலும் சாம்ராஜ்யம் நிலைத்திருக்க, தனது ரத்த ஓட்டத்தின் ஓர் அங்கமாக ஒத்திசைவும் நல்லிணக்கமும் இருப்பது மிகப் பெரிய வலிமை என்றும் ஔரங்கசீப் ஆமோதிக்கிறார்.

• • •

1707 தொடக்கத்தில் மத்திய இந்தியாவிலுள்ள அகமத்நகரில் ஔரங்கசீப் இயற்கை மரணத்தைத் தழுவினார். அவருடைய கடைசி விருப்பப்படி, குல்தாபாத்திலுள்ள ஜைனுதீன் ஷிராஜியின் (மரணம் 1369) கிருஸ்தி சூஃபி மசூதிக்குள், கல்லறை எழுப்பி அதில் நல்லடக்கம் செய்யப்பட்டார். ஹுமாயுன், அக்பர், ஷாஜஹான் ஆகியோரின் எழில்மிகு கல்லறைகளுடன் ஒப்பிடும் போது, சிறிய அளவில், சாதாரணமாக, திறந்த வெளியில், ஏனைய கல்லறைகளைப்போல் அவரது கல்லறையை இன்றைக்கும் காணலாம்.

ஔரங்கசீப்பின் எளிய கல்லறை அவரது சிக்கலான வாழ்க்கைக்கு முரணாகவே உள்ளது. அடக்கம் செய்ய அவர் தேர்ந்தெடுத்த தனிமை மற்றும் அமைப்பு அவரது பக்தியின் முக்கியத்துவத்தை அடிக்கோடிட்டுக் காட்டுகிறது. உண்மையில் ஔரங்கசீப் தனது வாழ்க்கையின் கடைசி காலத்தில் மத விஷயங்களில் தீவிரமாகச் செயல்பட்டார் என்றாலும், இன்றைய நவீன எதிர்ப்பாளர்கள் கற்பனை செய்ததை விடவும் அது சற்று வித்தியாசமான அணுகுமுறையாகும். அடுத்தவர்கள் மீது வெறித்தனமாக நடந்து கொள்வதை விடவும், கடவுளின் விருப்பத்துக்கு எதிராக நடந்து கொண்டதால் ஏற்பட்ட மன வருத்தங்கள் ஔரங்கசீப்பின் பக்தியில் வெளிப்பட்டது. பின்னாளில் அவர் எழுதிய கடிதங்களில் ‘தீர்ப்பளிக்கும் நாள்’ பற்றி அடிக்கடிக் குறிப்பிட்டு

அடுத்த உலகில் நுழையவிருக்கும் அந்நியன் என்று தன்னைத் தானே பதிவு செய்துள்ளார்.

பன்முகத் தன்மை கொண்ட சக்ரவர்த்திக்கு இஸ்லாமுடன் ஒரு சிக்கலான உறவு இருந்தது. அதன் காரணமாக மதம் குறித்த விஷயத்தில் அவரது அணுகுமுறையை எளிதாக விளக்கமுடியாது. உண்மையில், ஔரங்கசீப்பைப் பற்றி எளிதாகச் சொல்வதற்கு ஏதுமில்லை எனலாம். அதிகாரம், நீதி குறித்த அவர் பார்வை, விரிவாக்கம் ஆகியவற்றில் தீவிர கவனம் செலுத்திய சக்ரவர்த்தியாகவே ஔரங்கசீப் விளங்கினார். அறிவொளியின் கீற்றுகளையும், ஏராளமான தவறுகளையும் கொண்ட நிர்வாகியாக இருந்தார். முகலாய சாம்ராஜ்யத்தை மிகப் பெரிய அளவில் பிரம்மாண்டமாக விரிவாக்கம் செய்த பெருமையுடன், அது துண்டாவதற்கும் அவரே காரணமானார். முகலாய சிம்மாசனத்தை ஐம்பது ஆண்டுகளுக்கும் மேலாக அலங்கரித்து, மக்களின் கற்பனைகளை நீண்ட காலம் கவர்ந்தவர் என்ற வகையில், ஔரங்கசீப் ஆலம்கீரின் எந்தவொரு ஒற்றை குணத்தையோ, செயலையோ, சிமிழுக்குள் அடக்கிச் சுருக்கமாகக் கூறமுடியாது.

8

ஔரங்கசீப்பின் பரம்பரை

ஔரங்கசீப்புக்குப் பிறகு...

> படைத்தவனைத் தவிர வேறு எவருக்கும் எதிர்காலம் குறித்த அறிவு கிடையாது... யாராவது தெரியும் என்று கூறினால்... அவரை நம்பாதே...
>
> *– பாபா முஸாபிர் (இறப்பு:1714), ஔரங்கசீப் மகன்களுக்கு இடையே நடைபெற்ற வாரிசுப் போர்கள் குறித்து நக்ஷ்பந்தி சூஃபிதுறவியின்கருத்து*

ஔரங்கசீப்பின் மரணத்தைத் தொடர்ந்து சில பத்தாண்டுகளில் முகலாய சாம்ராஜ்யம் சிதறுண்டது. ஔரங்கசீப்பின் மரணத்தைத் தொடர்ந்து முகலாய சாம்ராஜ்யம், பொதுவாகக் கருதப்படுவது போல் மிக வேகமாகவோ மொத்தமாகவோ சரியவில்லை என்பதே இன்றைய நவீன ஆய்வாளர்களின் கருத்தாகும். ஆனால் மிக நுணுக்கமான இந்த ஐயப்பாட்டை அனுமதித்தாலும்கூட, ஔரங்கசீப்பின் மரணத்தைத் தொடர்ந்து ஏற்பட்ட முகலாய சாம்ராஜ்யத்தின் சரிவு குறிப்பிடத்தக்கதாகும்.

சிம்மாசனத்தைப் பிடிக்க நடைபெற்ற வாரிசுப் போரில் உயிருடன் இருந்த ஔரங்கசீப்பின் மீதி மூன்று மகன்களும் ஒருவருடன் ஒருவர் சண்டையிட்டுக் கொண்டனர். அடுத்த இரு ஆண்டுகளில், இரண்டாவது மகன் மௌஸம், தனது மற்ற சகோதரர்களான அஸம் மற்றும் கம் பஷைக் கொன்று பகதுர் ஷா என்ற பட்டப் பெயருடன் முகலாய சிம்மாசனத்தில் அமர்ந்தார்.

மேலோட்டமாகப் பார்க்கும்போது இது வழக்கமான விஷயமாகவே தோன்றும். மேலும் இந்த வாரிசுப் போர் பொதுவாகவே முகலாய ஆட்சி அதிகாரத்துக்குப் புத்துயிர் ஊட்டும் என்றே எதிர்பார்க்கப்பட்டது. ஆனால் அதற்கு மாறாக, ஆழமாக வேரூன்றிய பிரச்னைகளே முகலாய ஆட்சியின் அடுத்த கட்டத்துக்குச் சிக்கல்களையும் பிரச்னைகளையும் ஏற்படுத்தின.

ஔரங்கசீப் காலம் தொட்டே முகலாய சாம்ராஜ்யத்தின் ஒருமைப் பாட்டுக்கு ஏற்பட்ட பல அச்சுறுத்தல்கள் பகதூர் காலத்திலும் தொடர்ந்தன. வடக்கில் ஜாட் மற்றும் சீக்கியர்களின் ஆயுதம் ஏந்திய போராட்டமும், தெற்கில் மராட்டியர்களின் கிளர்ச்சியும், ராஜபுத்திரர்களின் புரட்சியும், வரி வசூலிப்பைக் கடுமையாகப் பாதித்ததால் அரசு கஜானா காலியானது. பகதூர் ஷா சிம்மாசனம் ஏறியவுடன், ஏற்கெனவே இருந்த பல்வேறு பிரச்னைகள் இன்னும் மோசமடைந்தன. அரசியல் மாற்றம் காரணமாக முகலாய சாம்ராஜ்யத்தின் மீது அதிருப்தியுடன் இருந்த மக்கள் இந்த வாய்ப்பை நன்கு பயன்படுத்திக் கொண்டனர். ஆனால் தந்தையைப் போல் உறுதியாக இல்லாமல், பகதூர் ஷா முகலாய சாம்ராஜ்யத்துக்கு எதிரான போராட்டங்களால் திணறிப் போனார்.

உதாரணத்துக்கு முப்பது ஆண்டுகளுக்கு முன்பு ஔரங்கசீப்புக்கு எதிராகக் கிளர்ச்சியில் ஈடுபட்டு தோல்வி அடைந்த மார்வார் ரத்தோர் ராஜபுத்திர குடும்பம், மீண்டும் ஒரு முறை முகலாய சாம்ராஜ்யத்தைத் தூக்கி எறியப் புரட்சியில் இறங்கியது. ரத்தோர் மன்னர் அஜித் சிங் முகலாயப் படைகளை ஜோத்பூரை விட்டு விரட்டியடித்ததுடன், நாட்டை ஔரங்கசீப் அபகரித்தபோது கட்டிய மசூதிகளையும் இடித்துத் தள்ளினார். பகதூர் ஷா மீண்டும் ஜோத்பூரைக் கைப்பற்றினாலும், ஔரங்கசீப் காலம் தொட்டே, பஞ்சாப்பில் சீக்கியர் கிளர்ச்சி காரணமாக நீடித்த அமைதியின்மை அவரது கவனத்தைத் திசை திருப்பியதால், மார்வார் மீதான சுதந்திர வேட்கை அஜீத் சிங்குக்கு இன்னும் அதிகமானது.

தந்தை ஔரங்கசீப் இறந்த ஐந்தே ஆண்டுகளில் 1712இல் பகதூர் ஷா காலமானதைத் தொடர்ந்து முகலாய சாம்ராஜ்யம் மிக வேகமாக நொறுங்கத் தொடங்கியது. 1712 முதல் 1719 வரையிலான ஏழு ஆண்டுகளில் நான்கு முகலாய மன்னர்கள் அடுத்தடுத்து ஆட்சியைப் பிடித்தனர். கடந்த 150 ஆண்டுகளில் மொத்தம் நான்கே மன்னர்கள் முகலாய சிம்மாசனத்தில் அமர்ந்ததுடன் ஒப்பிடுகையில், ஔரங்கசீப் மரணமடைந்த பதின்மூன்றே ஆண்டுகள் ஐந்து மன்னர்கள் ஆட்சியைக்

கைப்பற்றினர். முகலாய மன்னர் குடும்பம், பிரபுக்கள் மீதான நம்பிக்கையையும் கட்டுப்பாட்டையும் இழக்க அரசியல் நிலைத்தன்மை காரணமானதால், தொடர் வரி வசூலிப்பு உள்ளிட்ட அரசாங்கத்தின் அடிப்படைப் பணிகளை மேற்கொள்ள முடியாமல் போனது. முகலாய சாம்ராஜ்யம் முழுவதும் ஊழல் தலைவிரித்தாட, பல பகுதிகள் கட்டுப்பாட்டிலிருந்து பிரிந்து சென்றன.

. . .

1739இல் ஈரான் போர்த் தலைவன் நாடிர் ஷா முகலாய சாம்ராஜ்யத்தின் பெருமையாக விளங்கிய தில்லியைச் சூறையாடியதுடன், முகலாய மன்னர் முகம்மது ஷாவைப் பிணைக் கைதியாகவும் பிடித்துக் கொண்டார். நாடிர் ஷாவின் படைகள் ஒரு பக்கம் தில்லியிலுள்ள ஆயிரக்கணக்கானோரைக் கொன்று குவிக்க மற்றொரு பக்கம் அரசு கஜானாவிலுள்ள தங்கம், வைரம் உள்ளிட்ட விலை மதிப்பற்ற செல்வம் கொள்ளை அடிக்கப்பட்டது. தொடர் கொள்ளைகள் மூலம் திரட்டிய ஏராளமான செல்வத்துடன் இரு மாதங்கள் கழித்து நாடிர் ஷா ஈரான் திரும்பிய போது அவரிடம் இருந்த விலை மதிப்பற்ற இரு முக்கிய பொருள்கள் மயிலாசனம் மற்றும் கோஹினூர் வைரம் ஆகியவை.

நாடிர் ஷா படையெடுப்புக்குப் பிறகு தீட்டப்பட்ட ஓவியத்தில், உருவத்தை மறைக்கும் வகையில் கொள்ளையடித்த வைரம், தங்கம் உள்ளிட்ட விலை உயர்ந்த நகைகளையும் ஆபரணங் களையும் அணிந்திருந்தார். நாடிர் ஷாவின் கொள்ளைக்குப் பிறகு முகலாய சாம்ராஜ்யம் முழுவதுமாக மீளவே இல்லை. 'தில்லி சுல்தான் மீதான படையெடுப்பு என்பது குழந்தைகளுடனான விளையாட்டுபோல் மிகச் சாதாரணமாகி விட்டது' என்று முஸ்லிம் அறிஞர் ஒருவர் இது குறித்துப் பதிவு செய்துள்ளார்.

பத்தொன்பதாம் நூற்றாண்டின் நடுப்பகுதி வரை முகலாய சாம்ராஜ்யம் தட்டுத் தடுமாறி ஊர்ந்து சென்றது. 1857இல் சிப்பாய்க் கலகம் ஏற்பட்டதைத் தொடர்ந்து பிரிட்டிஷ் நீதிமன்றத்தில் கொமலா ஆட்சி முடித்து வைக்கப்பட்டது. 'சாம்ராஜ்யம்' என்பது பெயருக்குத்தான் இருந்தது. 1750களின் இறுதியில் கிழக்கு இந்தியக் கம்பெனி முகலாயர்களைத் தங்கள் கட்டுப்பாட்டுக்குள் கொண்டு வந்து அவர்களது கோட்டை, அரண்மனை, நிலங்கள்,

கஜானா, சொத்துக்கள், படைகள், வரி வசூலிக்கும் உரிமை அனைத்தையும் பறித்துக் கொண்டனர். முகலாய கடைசி மன்னருக்கு முந்தையவரான இரண்டாம் அக்பர் ஷா (ஆட்சி 1806-1837) வெளிநாட்டுப் பிரதிநிதிகள் யாரேனும் தன்னைப் பார்க்க வந்தால் அவர்களைச் சந்திக்க அன்றாட ஜீவனத்துக்கு கட்டணம் வசூலித்தார்.. மொத்தத்தில் அருங்காட்சியகத்தில் உள்ள காட்சிப் பொருள் என்னும் இழிநிலைக்குத் தள்ளப்பட்டார்.

• • •

முகலாய ஆட்சியின் வீழ்ச்சிக்கான காரணத்தையோ, சரி செய்ய முடியாத அளவுக்கு பிளவு ஏற்பட்ட காலத்தையோ, கண்டு பிடிப்பதில் வரலாற்று ஆசிரியர்களுக்கு இடையே ஒருமித்த கருத்து ஏற்படவில்லை. ஆனால் பெரும்பான்மை வரலாற்று ஆய்வாளர்கள் இதற்கான பழியை, முழுமையாக இல்லா விட்டாலும், பகுதியளவில் ஔரங்கசீப் மீது சுமத்துகின்றனர். பூலோக வரைபடத்தில் முகலாய சாம்ராஜ்யத்தை ஔரங்கசீப் பிரம்மாண்டமாக விரிவுபடுத்தியிருந்த சூழலில், இந்த வாதம் ஆச்சரியமாகவும் அபூர்வமாகவுமே தோன்றுகிறது. ஔரங்கசீப்பின் மகத்தான வளர்ச்சியே அவரது வீழ்ச்சிக்கும் காரணமாக இருந்திருக்கலாம். முகலாய எல்லைகளைக் கட்டுக்கடங்காமல் விரிவுபடுத்திய ஔரங்கசீப்பால், போதிய வலுவான ஆதாரங்களுடன் சிறப்பாக நிர்வகிக்க இயலாமல் போனதே சாம்ராஜ்யம் ஆட்டம் காணக் காரணமானது.

மேலும் சந்தேகத்துக்கு இடமின்றி ஔரங்கசீப் மேற்கொண்ட தாகச் சொல்லப்படும் சிக்கன நடவடிக்கை கடுமையான பாதிப்பை ஏற்படுத்தியதாகச் சிலர் கருதுகின்றனர். உதாரணத்துக்கு, இருபதாம் நூற்றாண்டில், வேறு எவரையும்விட அதிக அளவில் ஔரங்கசீப் பற்றி ஆய்வு செய்த ஜதுநாத் சர்க்கார் நாடகத்தனமாக விவரிக்கையில் '(ஔரங்கசீப் ஆட்சியில்) முகலாயப் பிறை முழுநிலவாக வளர்ந்து பிறகு கண்கூடாகத் தேயத் தொடங்கியது' என்கிறார்.

ஐந்து பாகங்கள் கொண்ட 'ஔரங்கசீப் வரலாறு' உள்பட பல நூல்களில் ஔரங்கசீப் குறித்த தனது கருத்தை ஜதுநாத் சர்கார் பதிவு செய்துள்ளார். கடைசி பாகம் இவ்வாறு தொடங்குகிறது 'ஔரங்கசீப் வாழ்க்கை ஒரு நீண்ட சோகம்... கண்ணுக்குத் தெரியாத ஆனால் தவிர்க்க முடியாத விதியை எதிர்த்து வீணாகப்

போராடித் தோற்கும் ஒரு மனிதனின் கதை... வலுவான மனித முனைவுகள் வயோதிகம் காரணமாகத் தடுமாறியதைச் சொல்லும் கதை'. சர்க்காரைப் பொருத்தவரை ஔரங்கசீப் ஒரு சோகமான மனிதர். மேலும் ஏனைய காலனி காலத்துச் சிந்தனையாளர்களைப் போலவே ஔரங்கசீப்பை 'மத வெறி' (எனவே, முகலாயப் பிறை) கொண்டவராகவே சர்க்கார் கருதுவதுடன், அவரது குறிப்பிட்ட வகையான இஸ்லாமியப் பற்றும், அர்ப்பணிப்புமே முகலாய சாம்ராஜ்யத்தின் முழுமையான பேரழிவுக்கும் வழிவகுத்தது என்று எண்ணுகிறார்.

முகலாயர்களின் சரிவுக்கு சர்க்காரின் மத அடிப்படையிலான விளக்கத்துக்கு இன்றைய வரலாற்று ஆய்வாளர்கள் அதிக முக்கியத்துவம் தரவில்லை என்றாலும், பொது மக்களின் பார்வையில் இந்தக் கருத்து பிரபலமாகவே உள்ளது. இதை வரலாற்று பிரச்னை என்பதை விடவும் ஓரளவு கதையாகவே பார்க்க வேண்டும். சர்வ வல்லமை மிக்க, வசதி படைத்த, செல்வச் செழிப்பான நாடு கவிழக் காரணமான ஒரு தனிநபரை அடையாளம் காணும் தார்மிகக் கதை சொல்லும் மனித ஆர்வமாகவே கருதலாம். முஸ்லிம் வில்லன்கள்; குறிப்பாகத் தற்போது பிரபலமாக உள்ள சூழலில், ஔரங்கசீப் என்னும் பக்திமானை இது பலிகடாவாக்குகிறது. இதற்கு மாறாக நவீன வரலாற்று ஆசிரியர்கள் சமூக, நிதி மற்றும் நிர்வாகக் கோளாறுகளே முகலாய சாம்ராஜ்யம் பலவீனமடையக் காரணம் என்கின்றனர். எனவே பரவலான, அமைப்பு ரீதியான விளக்கமே சிறந்த வரலாற்றை உருவாக்கும்.

ஔரங்கசீப் மறைவுக்குப் பிந்திய முகலாய இந்தியா பற்றியும், முகலாய சாம்ராஜ்யம் வீழ்ச்சி அடைய அவருடைய பங்களிப்பை உறுதிப்படுத்தும் வகையிலும் ஆட்சியில் நடைபெற்ற பல முக்கிய விஷயங்கள் குறித்தும் அதிகம் தெரியாது என்பதை வெளிப்படையாக ஒப்புக்கொள்கிறோம். ஆனால் தனக்குப் பின்னர் வரும் சந்ததிகளால், அனைவரும் வெறுக்கும் பரம்பரையை விட்டுச் செல்லும் சாத்தியக் கூற்றை ஔரங்கசீப் முனகூட்டியே உணர்ந்திருந்தார். கடைசி காலத்தில் அவர் எழுதிய பல கடிதங்களில் முகலாய சாம்ராஜ்யத்தின் இருண்ட காலம் குறித்துத் தனது கவலையைப் பகிர்ந்து கொண்டதுடன், சாம்ராஜ்யத்தின் வீழ்ச்சியை மாற்றி அமைக்கும் சக்தியோ ஆற்றலோ தன்னிடம் இல்லை என்பதையும் உணர்ந்தே இருந்தார்.

• • •

முகலாய சாம்ராஜ்யத்தின் சரிவுக்கு வித்திட்ட குற்றவாளி ஔரங்கசீப் என்பது ஒருபுறம் இருக்க, நீண்ட ஆட்சியை, ஏற்ற இறக்கத்துடன் கூடிய சிக்கலான மற்றும் முரண்பாடுகள் நிறைந்த அரசனை எவ்வாறு மதிப்பீடு செய்வது? வன்முறை, தனிநபர் உரிமை, பொறுமை உள்ளிட்ட இன்றைய நவீன அளவு கோல்களுடன் ஔரங்கசீப்பைக் கண்டிப்பதில் எவ்வித நுண்ணறிவும் இருக்காது. ஆனால் பலனளிக்கும் வகையில் அவரது காலத்திய ஏனைய ஆட்சியாளர்கள், குறிப்பாக முந்தைய முகலாய சக்ரவர்த்திகளுடன் அவரை ஒப்பிட்டுக் கேள்வி கேட்கலாம்.

தனக்கு முன்பு ஆட்சியிலிருந்த முகலாய சக்ரவர்த்திகள் கடைப் பிடித்த பல நடைமுறைகளை, குறிப்பாக அக்பர் ஏற்படுத்திய பல பழக்கங்களையும் மரபுகளையும் ஔரங்கசீப் தகர்த்தெறிந்தார். குறிப்பிட்ட சில கலைகளுக்கு அரசு ஆதரவைக் குறைத்தது, தக்காணத்துக்கு இருப்பிடத்தை மாற்றியது, ஜிஸ்யா வரியை மீண்டும் அறிமுகப்படுத்தியது ஆகியவற்றைக் கணக்கில் எடுத்துக் கொண்டாலும்கூட, முகலாய நிர்வாகம், ராணுவம் மற்றும் கலாசார விஷயங்களில் ஔரங்கசீப் விரிவான உறவைத் தொடர்ந்து வெளிப்படுத்தினார்.

அக்பருக்கு இணையாகப் பல்வேறு கலாசாரங்களின் புரிதல் கொண்ட மனிதராக ஔரங்கசீப் இல்லை (ஒருவேளை, இந்திய சாம்ராஜ்யத்தின் ஆறாவது சக்ரவர்த்தியான பின்னர் அவ்வாறு இருந்திருக்க வேண்டிய அவசியத்தை உணர்ந்திருப்பார்). ஆனால் ஃபட்வா-இ-ஆலம்கீரி, பல்வேறு பாரசீக ராமாயணங்கள் உள்ளிட்ட பெரிய அளவிலான அறிவுசார் திட்டங்களுக்கு ஔரங்கசீப் ஆதரவளித்தார். ஷாஜஹானைப்போல் பிரம்மாண்ட நினைவுச் சின்னங்களை ஔரங்கசீப் உருவாக்கவில்லை என்று மேலோட்டமாகச் சொன்னாலும் அவர் லாஹூரில் கட்டிய பாத்ஷாஹி மஸ்ஜித் குறிப்பிடத்தக்கதாகும். ஔரங்கசீப் பற்றிய இன்றைய மக்களின் கண்ணோட்டத்துக்கு மாறாக அவரது மூதாதையர்களான முந்தைய முகலாய சக்ரவர்த்திகளுக்குக் கிட்டத்தட்ட சமமானவர்தான் ஔரங்கசீப்.

நீதி நிர்வாகம் மற்றும் ராணுவக் கட்டுப்பாட்டில் ஔரங்கசீப் புத்திசாலித்தனமாகவே நடந்து கொண்டார். இவருக்கு முந்தைய முகலாயர்களும், குறிப்பாக ஜஹாங்கீர், நீதி வழங்குவதில் ஆர்வம் செலுத்தினார். 'தொடர் நீதி' பரிபாலனத்துக்காக ஆக்ரா கோட்டையிலிருந்து ஆற்றங்கரை வரை அறுபது பிரம்மாண்ட

மணிகளை வரிசையாகத் தொங்கவிட்டார். இந்த மணிகளை இழுத்து அடிப்பதன் மூலம் யார் வேண்டுமானாலும் மன்னரின் கவனத்தை ஈர்த்துக் குறைகளைச் சொல்லலாம். ஔரங்கசீப்பைப் பொருத்தவரை அவரது நீதி நிர்வாகத்தில் பகட்டோ படாடோபமோ இருக்காது. தவறிழைக்கும் நிர்வாகிகளைத் தண்டிப்பதிலும், மதத் திருவிழாக்களைப் பாதுகாப்பாக நடத்த உத்தரவாதம் தருவதிலும் கவனம் செலுத்தினார்.

ஔரங்கசீப்பின் நோக்கங்கள் சிறப்பாக இருந்தாலும், ஆட்சி நிர்வாகத்தில் ஊழல் தலைவிரித்து ஆடியதால் கெட்ட பெயரே மிஞ்சியது. வாழ்நாள் முழுவதும் குறிப்பிட்ட ஒழுக்கத்தையும நெறிமுறையையும் கடைப்பிடிப்பதில் ஔரங்கசீப் உறுதியாக இருந்தார். இருப்பினும், ஏனைய இடைக்கால மன்னர்களைப் போலவே, அரசியல் வேட்கைக்குத் தீனி போடவும், அதிகாரத்தைக் கைப்பற்றவும், தனக்குப் பிடித்தமான கொள்கை களுக்கும், மதிப்புகளுக்கும் எதிராகவே நடந்து கொண்டார்.

முக்கியமான தருணங்களில் புத்திசாலித்தனமும் சாதுர்யமும் நிறைந்த ராணுவ முடிவுகளை எடுப்பதில் ஔரங்கசீப் ராஜதந்திரியாகவே விளங்கினார். முகலாய சக்ரவர்த்திகளுள் ஈடு இணையற்ற ராணுவத் தளபதியாக ஔரங்கசீப் திகழ்ந்தார் என்றால் அது மிகையில்லை. நீண்டகாலம் நீடித்த வாரிசுப் போரில் தன்னை முன்னிலைப்படுத்திக் கொண்டு மயிலாசனத்தையும் வென்றார். முகலாயர்கள் பல தலைமுறைகளாக ஜெயிக்க முடியாத தக்காணத்தையும் தனது கட்டுப்பாட்டுக்குள் கொண்டு வந்ததுடன் அங்கிருந்தே ஆட்சி புரிந்தார்.

ஆனால் முதுமை காரணமாக தென் இந்தியாவில் வெற்றிகளைக் குவிக்க முடியாமல் தனது இலக்கிலிருந்து தடம் புரண்டார். தேவையில்லாமல் வரிசையாகப் பல கோட்டைகளைப் பிடித்ததால் நிர்வாகத்தில் போதிய கவனம் செலுத்த இயல வில்லை. அத்துடன் நிர்வாகச் செலவும் அதிகரித்துக் கொண்டே போனது. முதுமை காரணமாகவும் திறமையற்ற இளவரசர்கள் காரணமாகவும், தவறு செய்யும் நிர்வாகிகளைத் தட்டிக் கேட்கும் அதிகார பலத்தை இழந்தார். ஆங்காங்கே இருந்த நிர்வாகிகளும் அதிகாரிகளும் இந்த வாய்ப்பை தங்களுக்குச் சாதகமாகப் பயன்படுத்திக் கொண்டனர்.

இருபத்தியிரண்டு வருடங்கள் ஆண்ட ஜஹாங்கீரைப் போலவோ, முப்பது வருடங்கள் ஆண்ட ஷாஜஹானைப் போலவோ,

பேரரசர் ஔரங்கசீப்
குரான் வாசிப்பதை சித்தரிக்கும் சிற்றோவியம்
(ca. 1860–1870, Umknown Artist)

ஔரங்கசீப்பின் ஆட்சிக் காலமும் இருபது வருடங்கள் குறைவாக இருந்திருந்தால் (ஆண்டது நாற்பத்தி ஒன்பது வருடங்கள்), இன்றைய நவீன வரலாற்று ஆசிரியர்கள் அவரை வேறு கோணத்தில் எடை போட்டிருப்பார்கள். ஔரங்கசீப் தனது பிந்தைய பத்தாண்டுகளில் மகன்களின் வளர்ச்சியைத் தடுத்தது, அதிகாரிகளை மட்டுமே நம்பி நிர்வாகம் நடத்தியது, தவறான ஆலோசனைகளின் அடிப்படையில் போர்களில் ஈடுபட்டது ஆகியவையே அவரது சிக்கல்களுக்குப் பெரும் காரணிகளாக அமைந்தன. முகலாய இந்தியா பற்றிய ஔரங்கசீப்பின் பிரம்மாண்ட விருப்பங்களையும் யதார்த்தங்களையும் இணைக்க முடியாத அளவுக்கு மிகப் பெரிய இடைவெளி ஏற்பட சிக்கலான மனிதனாகவும், சக்ரவர்த்தியாகவும் அவர் விளங்கினார் என்னும் கலவையான பகுப்பாய்வுக்கே நாம் வரவேண்டி உள்ளது.

பிணைகளற்ற ஔரங்கசீப்

> நேரம், சூழல், வரலாறு ஆகியவை இன்றைய எனது நிலையை நிச்சயம் உருவாக்கி உள்ளன. ஆனால் நான் அவை அனைத்தையும்விட மேலானவன். நாம் அனைவரும்கூட அப்படித்தான்.
>
> *– ஜேம்ஸ் பால்ட்வின், அமெரிக்க எழுத்தாளர், 1955*

ஔரங்கசீப் குறித்த பிரபல நினைவுகளுடன் வரலாற்றுச் சக்ரவர்த்தியாக அவரை ஒப்பிடுகையில் மங்கலான ஒற்றுமையே காணப்படுகிறது. இரு மாறுபட்ட காரணங்களை அங்கீகரிக்க இந்த முரண்பாடு முக்கியமாகும் : கோபத்தைத் தூண்டுகின்ற சமூக எண்ணங்களைத் தணித்தல் மற்றும் வரலாற்று ஆய்விலுள்ள பிணைகளை அகற்றுதல்.

ஔரங்கசீப் புகழைப் பொருத்தவரை, இந்தியா மற்றும் பாகிஸ்தான் இரண்டுமே கடந்தகால முகலாயத்தின் அரசியல் ரீதியான விவரிப்புகளால் கடுமையாகப் பாதிக்கப்பட்டன. ஏற்கெனவே விவாதித்தபடி, பொதுவெளியில் 'ஔரங்கசீப் என்னும் மதவெறியாளன், ஔரங்கசீப் என்னும் பக்திமான்' என ஔரங்கசீப் பற்றிய இரு பார்வைகள் உலவுகின்றன. இவற்றுள்,

தவறாக வழிகாட்டுவதுடன், சில தருணங்களில் அபாய கரமானதுமான கருத்து, இந்துக்களையும் இந்து மதத்தையும் அழிப்பதில் தீவிர மத வெறியனாக ஔரங்கசீப் இருந்தார் என்பதே. இந்தியாவிலுள்ள அரசியல்வாதிகளும் மற்றவர்களும் முஸ்லிம்களுக்கு எதிரான உணர்வைத் தூண்டிவிடவும் இந்திய முஸ்லிம்களைப் பயங்கரமான துரோகிகளாக முத்திரை குத்தவும் இக்கருத்தைப் பயன்படுத்துகின்றனர்.

இன்னும் சிக்கலானது ஔரங்கசீப்பை ஒரு பழமைவாத முஸ்லிமாக அடையாளப்படுத்துவது. உருவ வழிபாடு மிகுந்திருக்கும் இந்திய வீட்டில் ஓர் ஆபிரஹாமாகத் திகழ்ந்தார் என்று அழைக்கிறார் பாரசீக மற்றும் உருதுக் கவிஞர் முகம்மது இக்பால் (மரணம் 1938). முஸ்லிம்களை அவர்களுடைய மத நம்பிக்கையின் அடிப்படையில் மட்டும் மதிப்பிடும் போக்கு இது. அவ்வாறு செய்யும்போது

இந்து மதத்துடன் முஸ்லிம்கள் அடிப்படையிலேயே முரண் படுகின்றனர் என்று முடிவு கட்டவேண்டியிருக்கும். இந்தியா போன்ற ஒரு நாட்டில், இதுபோன்ற எண்ணங்கள் காரணமாக, முஸ்லிம்கள் முழுமையான இந்தியர்களாக இருக்கமுடியாமல் போய்விடும். அதே சமயம், பாகிஸ்தானைப் பொருத்தவரை, அங்குள்ள குடிமக்கள் அனைவரும் குறுகலாக வரையறுக்கப்பட்ட ஒரு வகை இஸ்லாத்தை பின்பற்ற வேண்டிய நிலை ஏற்பட்டுவிடும்.

...

ஔரங்கசீப்பின் பிரபலத்தை நிராகரிக்க வேண்டிய கட்டாயத்துக்கான இரண்டாவது காரணம், அப்போதுதான் அவரை நாம் வரலாற்று ரீதியாகப் புரிந்து கொள்ள முடியும் என்பதுதான். ஔரங்கசீப் அவர் காலத்திய மனிதர். நம்முடைய காலத்தைச் சேர்ந்தவர் அல்ல. நீதி பரிபாலனம் குறித்த அவரது எண்ணங்கள், அரசியல் மற்றும் நெறிமுறை நடத்தைக்கான உறுதிப்பாடு, அரசியல் நிர்பந்தங்கள் ஆகியவற்றை ஒட்டியே அவர் ஆட்சி புரிந்தார் என்று பலமுறை நான் வாதிட்டுள்ளேன்.

ஔரங்கசீப்பின் உலகளாவிய பார்வை அவரது பக்தி மற்றும் பரம்பரையாக வந்த முகலாய கலாசாரம் ஆகியவற்றாலேயே வடிவமைக்கப்பட்டது. நவீன பங்களிப்புடன் கூடிய நவீன சிந்தனையாளர்கள் கருதுவதுபோல் இந்து-முஸ்லிம் மோதலைத் தூண்டிவிடுவதில் அவருக்கு ஆர்வமில்லை. ஆனால் நீதி

பாத்ஷாஹி மஸ்ஜித், லாகூர் (Photo by the author)

வழங்கலில் தனித்துவமான பாணியைக் கொண்டவர், முகலாய மரபுகளை நிலைநிறுத்துபவர், துணைக் கண்டம் முழுவதும் தனது கட்டுப்பாட்டை இறுக்கமாக விரிவுபடுத்துபவர் என ஔரங்கசீப் முத்திரை குத்தப்பட்டார்.

இருப்பினும், ஔரங்கசீப் வரலாற்றை எளிதாக விளக்க முடியாது. எதிர்மறையான கருத்துகள் மற்றும் குழப்பமான அம்சங்களைக் கொண்ட மனிதராகவே அவர் விளங்குகிறார். சாலைப் பாதுகாப்பு குறித்துக் கவலைப்படுவார். ஆனால் ஆசியா முழுவதும் கண்டனத்துக்குள்ளான தந்தையைச் சிறையில் அடைத்த செய்கைக்கு எந்த மாற்றுக் கருத்தையும் கூறமாட்டார். தனது குடும்ப உறுப்பினர்கள், குறிப்பாக தாரா ஷுகோ உள்ளிட்டோரைக் கொன்று குவிக்கவோ, சம்பாஜி போன்ற எதிரிகளை உண்மையிலேயே துண்டு துண்டாகக் கூறுபோடவோ அவர் தயங்கியதே இல்லை.

தொழுகைக்கான பிரார்த்தனைத் தொப்பிகளை கைகளாலேயே தைத்து பக்திமானாக வாழவே விரும்பினார். மோசமான நிர்வாகிகள், அழுகிய மாம்பழங்கள் மற்றும் உருப்படாத மகன்களால் கோபப்பட்டார். தொடக்கத்தில் இசை வல்லுன

ராகவும் ரசிகராகவும் விளங்கியதுடன் ஹீராபாய் என்னும் இசைக் கலைஞர் மீது காதலும் கொண்டார். ஆனால் ஏனோ நடுவயதில் இசைக் கலை மீதான விருப்பதிலிருந்து தன்னை விடுவித்துக் கொண்டார். இருப்பினும் தனது பெரும்பான்மைக் கடைசி காலத்தை உதய்பூரி என்னும் மற்றொரு இசைக்கலைஞர் உடனேதான் கழித்தார். உலகின் மிகப் பெரிய மசூதியைக் கட்டிய பெருமையும் ஔரங்கசீப்புக்கே உண்டு என்றாலும் தனது கல்லறை அதிகம் அறியப்படாத இடத்தில்தான் அமைய வேண்டுமென விரும்பினார். இந்திய வரலாற்றிலேயே இறக்கும் தருவாயில் முகலாய சாம்ராஜ்யத்தை பிரம்மாண்டமாக விரிவு படுத்தினாலும், மிக மோசமான தோல்வியே மிஞ்சும் என்றும் அஞ்சினார்.

ஔரங்கசீப் புதிரான மன்னராகவே விளங்கினார். ஔரங்கசீப் ஆட்சியில் இருந்த பதினெட்டாம் நூற்றாண்டைச் சேர்ந்த வரலாற்று ஆசிரியரான காஃபி கான் அவரைப் புகழ்பெற்ற பாரசீக மன்னரான ஜாம்ஷித்துடன் ஒப்பிட்டார். ‘ஐம்பது ஆண்டு காலம் சக்ரவர்த்தியாக இருந்த ஔரங்கசீப்புடன் பாரசீக மன்னரான ஜாம்ஷீத்தை ஒப்பிடுவது சமுத்திரத்தை ஒரு குட்டையுடன் ஒப்பிடுவதற்கு சமானம் ஆகும்’. ஔரங்கசீப் குறித்தும் அவருடைய முடியாட்சி குறித்தும் சொல்வதற்கு இன்னும் எவ்வளவோ இருக்கின்றன. ஆனால் அவர் குறித்த கட்டுக்கதைகளை ஒதுக்கினால் மட்டுமே இந்திய இடைக்கால வரலாற்றில் முக்கிய அங்கம் வகித்த ஔரங்கசீப் என்னும் மன்னர் குறித்த சுவாரஸ்யமான மற்றும் புதிரான விஷயங்களை எதிர்கொள்ள முடியும்.

பின்குறிப்பு

இடைக்கால பாரசீகப் பிரதிகளை வாசித்தல்

ஔரங்கசீப்பின் ஆட்சி பல்வேறு ஆதாரங்கள் வழியே ஆவணப்படுத்தப்பட்டுள்ளன. வரலாற்றுக் குறிப்புகள், அரசு ஆணைகள், செய்தி அறிக்கைகள், கடிதங்கள், பயணக் கட்டுரைகள் எனப் பாரசீக மொழியில் காணப்படும் பல்வேறு ஆவணங்கள் ஔரங்கசீப் குறித்த எழுத்து வடிவிலான ஆவணங்களாக விளங்குகின்றன. ஆனால் ஆவணக் காப்பகத்தில் குவிந்துள்ள இவற்றைச் சிறப்பாகப் பயன்படுத்திக் கொள்ள வாலாற்று ஆசிரியர்கள் தடுமாறுகின்றனர்.

ஔரங்கசீப் தொடர்பான முக்கிய ஆவணங்கள் மற்றும் வரலாற்றுப் பதிவுகளின் அணுக்கம் வரலாற்று ஆசிரியர்களுக்கு கிடைக்கவில்லை. பல்வேறு ஆதாரங்கள் இன்னும் அச்சேறாமல் ஏடுகளில் கையெழுத்துப் பிரதிகளாகவே உள்ளன. தெற்கு ஆசியா மற்றும் ஐரோப்பாவின் பல்வேறு நாடுகளில் ஆங்காங்கே உள்ள நூலகங்களுக்குச் சென்று வர ஆய்வாளர்களுக்குப் போதிய நேரமோ பணமோ வசதியோ இல்லை. மேலும் அங்குள்ள நூலகங்கள் பாதுகாப்பு கருதி முக்கிய ஆவணங்களை நிழற்படம் எடுக்கக்கூட அனுமதி மறுப்பதால், அவற்றைப் பயன்படுத்துவது கிட்டத்தட்ட முடியாத செயலாகவே உள்ளது.

அடுத்தது மொழிப் பயிற்சி முக்கியத் தடையாக உள்ளது. ஔரங்கசீப் சாம்ராஜ்யத்தில் முக்கிய நிர்வாக மற்றும் அலுவல் மொழியாக இருந்த பாரசீக மொழியில்தான் பெரும்பான்மை முகலாய வரலாறுகள் எழுதப்பட்டுள்ளன. ஆனால் பாரசீக மொழி இன்றைக்கு இந்தியாவுக்கு அந்நியமாகி விட்டது. அவசரத் தேவை மற்றும் எளிமை கருதி இன்றைய வரலாற்று ஆசிரியர்கள்

மூலப் பாரசீக நூல்களைப் படிக்காமல் அவற்றின் ஆங்கில மொழிபெயர்ப்புகளையே அதிகம் நம்புகின்றனர். இந்த அணுகுமுறை நூலகங்களிலுள்ள மூல பாரசீக ஏடுகளின் அணுக்கத்தைக் கணிசமாகக் குறைத்துவிட்டது.

மேலும் முகலாய நூல்களின் மொழிபெயர்ப்புகள் தரமற்றதாகவும் தவறாகவும் முழுமையாக இல்லாமல் சுருக்கமாகவும் காணப்படுகின்றன. இது ஆங்கிலேயக் காலனி மொழி பெயர்ப்பாளர்களுக்கு வசதியாகிவிட்டது. இந்திய முஸ்லிம் மன்னர்களை மட்டமாகவும், பிரிட்டிஷ் ஆட்சியை உயர்த்தியும் ஒப்பீடு செய்யத் தொடங்கினார்கள். 'இந்திய வரலாறு - அவர்களது வரலாற்று ஆசிரியர்கள் சொன்னபடி' என்ற தலைப்பில் நூலை எழுதிய எலியட் - டௌசன் (Elliot and Dowson's *History of India, as Told by Its Own Historians*) இவ்வகை நூலாசிரியர்களுள் குறிப்பிடத்தக்கவர்கள். இத்தகைய நூல்கள் பிரிட்டிஷ் காலனி ஆதிக்கம் பற்றி நன்கு தெரிந்து கொள்ள உதவின என்றாலும் முகலாய இந்தியா குறித்துத் தவறான தகவல்களையே பதிவு செய்தன.

ஔரங்கசீப் காலத்து ஆவணங்களின் அணுக்கமும், அவற்றைப் படிக்கும் வாய்ப்பும் சில வரலாற்று ஆசிரியர்களுக்குக் கிடைத்தாலும், அவை குறித்த கருத்துப் பரிமாற்றங்களும், விளக்கங்களும், கணிசமான தடைகளையே ஏற்படுத்தின. ஔரங்கசீப் ஆட்சிக் காலத்து முக்கிய வரலாற்று ஆசிரியர்களான காஃபி கான் (முண்டக்-அல்-லுபப்) மற்றும் சாகி முஸ்டைட் கான் (மாஸிர்-இ-ஆலம்கீரி) ஆகியோர் ஔரங்கசீப் இறந்து பல பத்தாண்டுகளுக்குப் பின்னர் எழுதிய குறிப்புகள் அனைத்தும் செவி வழிச் செய்தியாகவும், நினைவுபடுத்திக் கொண்டும் பதிவு செய்தவையே ஆகும்.

குறுகிய நோக்கத்துடன் செய்யாவிட்டாலும் இவ்வகைப் பதிவுகளில் ஏராளமான தவறுகள் ஏற்படக்கூடிய சாத்தியங்கள் அதிகம். மேலும் நேரடிச் சாட்சிகளின் பதிவுகள் பின்னர் கிடைக்கப் பெறும் பட்சத்தில் இவை தவறென்றும் கண்டுபிடிக்கப் படலாம். அரசாங்க ஆணைகள், உத்தரவுகள், கடிதங்கள் ஆகியவை நம்பகத்தன்மை கொண்ட ஆவணங்கள் என்றாலும், சில நிகழ்வுகள் தவறாகச் சித்தரிக்கப்பட்டுள்ளன. பல அரசாங்க உத்தரவுகளும் ஆணைகளும் ஏட்டளவில் மட்டுமே இருந்தன. அவை அமல்படுத்தப்படவே இல்லை.

மேலும் பல இடைக்கால எழுத்தாளர்கள் தகவல்களின் உண்மை மற்றும் நம்பகத்தன்மை குறித்துப் போதிய கவனமும் அக்கறையும் செலுத்தவில்லை. மாறாக வரலாற்று ஆசிரியர்கள் ஔரங்கசீப்பின் கடந்த காலம் பற்றித் தவறாகப் பதிவு செய்வதையே நிலையான தந்திரமாகக் கொண்டிருந்தனர். இலக்கிய இலக்குகளுக்குக் கடமைப்பட்டுள்ள 'தாரீக்' என்னும் ஒரு வகைப் பாரசீக வரலாற்றுப் பதிவு முறையைக் கடந்த காலத்தைத் துல்லியமாகப் பதிவு செய்வதற்குமான முறையாகவும் புரிந்து கொண்டனர். தங்களது இலக்கியத் தேவைகளை நிறைவு செய்ய வரலாற்றை மாற்றுவதுபோல், காஃபி கான் போன்ற ஆசிரியர்கள் அடுக்கு மொழிகளையும், வசீகரமான சொல்லாட்சிகளையும் பயன் படுத்திச் சாதகமான விஷயங்களை மட்டுமே கூறுவதால், குறிப்பிட்ட சாம்ராஜ்ய முடிவுகளுக்குப் பின்னால் உள்ள காரண காரியத் தொடர்பு விளங்காமல் இருள் படர்ந்துள்ளது.

இவ்வகைச் சார்பு ஆர்வங்கள் நவீனத்துக்கு முந்தைய வரலாற்று ஆசிரியர்களின் உரைகளை மதிப்பிழக்கச் செய்யவில்லை என்றாலும், எச்சரிக்கை உணர்வுடனேயே நாம் அவற்றைப் பயன் படுத்துதல் நலம். எனினும், முகலாய வரலாற்றைப் பொறுப்புடன் மீண்டும் கட்டமைக்க உதவிய அவர்களது இலக்கிய மற்றும் வரலாற்றுப் பதிவுகளை நாம் பாராட்ட வேண்டும்.

பெரும்பான்மை நவீன வரலாற்று ஆசிரியர்கள் பாரசீகத்திலுள்ள முகலாய ஆண்டு வாரியான குறிப்புகளுக்கு வலுசேர்க்க, ஐரோப்பியப் பயணக் கட்டுரைகள், இந்தி, உள்ளூர், சமஸ்கிருதம் (குறைந்த அளவே ஆனாலும்) உள்ளிட்ட ஏனைய மொழிகளில் உள்ள நவீனத்துக்கு முந்தைய உரைகளை இணைத்துள்ளனர். இவை அனைத்திலும் காணப்படும் பொதுவான சவால்கள் அல்லது பிரச்னைகள் உண்மை நிகழ்வுகளையும் புனைவுகளையும் கலப்பதுதான். இவற்றுள் ஐரோப்பிய பயணக் கட்டுரைகளை முக்கியமாகக் குறிப்பிடுவதற்குக் காரணம், முகலாய சாம்ராஜ்யத்தின் பெரும்பான்மை அறிஞர்களுக்கு, இவை உண்மை நிகழ்வுகளின் நேரடிப் பதிவுகள் அல்ல என்பதோ, குறிப்பிட்டவர் களுக்காக, (மூலதனச் சந்தையை மனத்தில் வைத்து) புனையப் பட்டவை என்பதோ இன்னும் பிடிபடவேயில்லை.

நவீன வரலாற்று ஆசிரியர்கள் வரலாற்று ஆதாரங்களைத் தீவிரமாகவே படிக்கின்றனர். அவர்களது விரிந்த சமூக மற்றும் இலக்கியச் சூழல்களின் உரைகளை வைத்தும், ஆதாரங்களை

எடை போட்டும், பகுப்பாய்வுகளை மேற்கொண்டும், உரைகளை ஒப்பீடு செய்ய வேண்டும் என்பதே இதன் பொருளாகும். ஓவியங்கள், கட்டடங்கள், நாணயங்கள் ஆகியவற்றையும் வரலாற்று ஆசிரியர்கள் ஆதாரங்களாகக் கொள்கின்றனர்.

ஒரு வரலாற்றுப் பாத்திரத்தையோ நிகழ்வையோ நிறுவனத்தையோ விவரிக்கும்போது வரலாற்று ஆசிரியர்கள் அடிப்படை ஆதாரங்களை விமரிசனப்பூர்வமாகக் கையாள்கின்றனர். வரலாற்றில் கருத்து மாறுபாடுகளுக்குக் குறிப்பிடத்தக்க இடமுண்டு. மாறுபட்ட கருத்துகள் பல சமயங்களில் ஆக்கப்பூர்வமான பங்களிப்பைச் செலுத்தியுள்ளன. ஆனால் ஔரங்கசீப் தொடர்பான வரலாற்றுத் தரவுகளையும் மூலாதாரங்களையும் சேகரிப்பதிலும் உள்வாங்கிக்கொள்வதிலும் எந்தச் சிக்கலும் இருக்கமுடியாது என்பதே உண்மை.

சான்றாதாரங்கள் பற்றிய குறிப்பு

நவீனத்துக்கு முந்தைய மற்றும் நவீன வரலாற்று அறிஞர்களின் பதிவுகளை ஒட்டியே இந்த ஔரங்கசீப் வாழ்க்கை வரலாறு எழுதப்பட்டுள்ளது. அவர்களுக்கு நான் கடன்பட்டிருக்கிறேன். நான் பார்வையிட்ட படைப்புகளையும் எனக்குத் துணை புரிந்த முக்கிய ஆதாரங்கள் சிலவற்றையும் கீழே வழங்குகிறேன்.

கையெழுத்துப் பிரதிகளைக் குறைந்த அளவே பயன்படுத்தி இருக்கிறேன். அடிப்படைத் தரவுகளைச் சரிபார்க்க அச்சுப் பிரதிகளையே உபயோகப்படுத்தியிருக்கிறேன். மேற்கோள்களிலும் குறிப்பிட்ட தகவல்களிலும் ஆதாரங்களிலும் ஆர்வமுள்ள வாசகர்களுக்குக் கீழே காணப்படும் குறிப்புகள் உதவும்.

. . .

நான் ஏற்கெனவே சொன்னதுபோல், ஔரங்கசீப் ஆலம்கீர் தொடர்பான எங்கள் விரிவான வரலாற்று ஆதாரங்களுக்குப் பாரசீக வரலாறுகளே முதுகெலும்பாக அமைந்தன. ஔரங்கசீப்பின் தொடக்கக்கால முக்கிய நிகழ்வுகளை - அப்துல் ஹமீது லஹிரியின் 'பாத்ஷாநாமா' (*Padshahnama*), இனாயத் கானின் 'ஷாஜஹாநாமா' (*Shahjahannama*), முகம்மது சாலி காம்புவின் 'அமால்-இ சாலி' (*Amal-i Salih*) மற்றும் டாபாடாபாயின் 'ஷாஜஹாநாமா' (*Shahjahannama*) - உள்பட ஷாஜஹான் காலத்து வரலாறுகளிலிருந்து சேகரித்து இந்நூலில் பதிவு செய்துள்ளேன்.

ஔரங்கசீப் ஆட்சிக் காலத்தில் பலர் வரலாறுகளை எழுதி உள்ளனர். முகம்மது காசிமின் 'ஆலம்கீர்நாமா' (*Alamgirnama*) - பதிப்பாசிரியர்கள் : காதிம் ஹுசைன் - அப்துல் ஹய், கல்கத்தா 1868) ஔரங்கசீப் ஆட்சியின் முதல் பத்தாண்டுகளை விரிவாக விவரிக்கிறது. அவரது அரசவையின் அதிகாரப்பூர்வ வரலாற்றுப் பதிவும் இது மட்டுமே.

பக்தவார் கானின் (மறைவு 1685) உலகளாவிய வரலாறான 'மிராட் அல்-ஆலம்' (*Mirat al-Alam*), ஔரங்கசீப்பின் முதல் பத்தாண்டு கால ஆட்சியை விளக்கும் விரிவான நூலாகும். பக்தவார் கான் இந்தியாவில் இன்று அதிகம் படிக்கப்படவில்லை என்றாலும், ஆலம்கீர்நாமா புத்தகத்தில் காணப்படாத கூடுதல் தகவல்கள் அதில் இருப்பதாக, சஜிதா ஆல்வி தனது *Perspectives on Moghul India* (கராச்சி 2012) என்னும் நூலில் தெரிவிக்கிறார்.

அகில் ராஜி கானின் (மறைவு 1696-97) 'வாக்கியத் -இ ஆலம்கிரி' (*Waqiat-i Alamgiri*) வாரிசுப் போரில் நடைபெற்ற நிகழ்வுகளை நம்பகத்தன்மையுடன் விளக்குகிறது. மௌல்வி ஜஃபார் ஹசன் பதிப்பை (தில்லி 1946) நான் பயன்படுத்திக் கொண்டேன்.

ஹதீன் கானின் 'ஆலம்கீர்நாமா' (*Alamgirnama*), முகம்மது மௌஸமின் 'தாரீக் -இ ஷா ஷுஜை' (*Tarikh-i Shah Shujai*), அபுல் ஃபஸல் மஃமூரியின் 'தாரீக்-இ ஔரங்கசீப்' (*Tarikh-i Aurangzeb*) உள்ளிட்ட பாரசீக வரலாறுகள் இன்னும் அச்சேறாததால் இந்நூலாக்கப் பணியில் அவற்றை என்னால் அணுக முடியவில்லை.

ஔரங்கசீப் மரணமடைந்து சில பத்தாண்டுகளில் ஏராளமான வரலாறுகளை நூலாசிரியர்கள் எழுதியுள்ளனர். காஃபி கானின் *Muntakhab al-Lubab* (1730) மற்றும் சாகி முஸ்டாயிட் கானின் *Maasir-i Alamgiri* (1710) ஆகியவை ஏனைய வரலாறுகளை விடவும் பிடித்தமானவை. மொய்நூல் ஹக் (கராச்சி 1975) மற்றும் ஜாதுநாத் சர்கார் (கல்கத்தா 1947) ஆகியோரின் ஆங்கில மொழிபெயர்ப்புகள் இவற்றுக்குக் கிடைப்பதாலும், ஔரங்கசீப் ஆட்சிக்காலம் முழுவதையும் இவை பதிவு செய்துள்ளதாலும் பிரபலமாக விளங்குகின்றன.

இருப்பினும் நிகழ்வுகளைப் பின்தேதியிட்டதுடன், பொது மக்களிடையே ஔரங்கசீப்மீது நல்லெண்ணம் உருவாகும் வகையில் அதிக அளவில் அலங்காரச் சொல்லாட்சிகளும் பயன் படுத்தப்பட்டுள்ளன. எனவே ஏனைய ஆதாரங்களுடன் அவற்றை ஒப்பிடுகையில் மிகுந்த எச்சரிக்கை உணர்வுடனேயே செயல் பட்டேன்.

காஃபி கான் நூலின் எலியட் மற்றும் டௌசன் மொழி பெயர்ப்புகளைப் புறக்கணிக்கிறேன். சர்க்காரின் பிரபல மாசிர்-இ ஆலம்கிரி (*Maasir-i Alamgiri*) நூலின் மொழிபெயர்ப்பை இங்கே

குறிப்பிடுகிறேன். ஆனால் சர்க்காரின் மொழிபெயர்ப்பு முழுமையாக இல்லாமலும், பல பிழைகளுடன் இருப்பதையும் வாசகர்கள் கவனிக்க வேண்டும். இந்த மொழிபெயர்ப்பு பற்றி மேலும் விவரங்கள் அறிய தில்மான் குல்கே எழுதிய *A Mughal Munsi at Work* (European University Institute, PhD Dissertation, 2016, p 10-15, 20-22) நூலைப் பார்க்கவும்.

தக்காணத்தில் நடைபெற்ற பல முக்கிய விவரங்களை பீம்சென் சாக்ஸெனா தனது 'தாரீக்-இ தில்குஷா' (*Tarikh-i dilkusha*) நூலில் பதிவு செய்துள்ளார். பிரிட்டிஷ் நூலகக் கையெழுத்துப் பிரதிகளுடன் சர்க்காரின் மொழிபெயர்ப்பைச் சரிபார்த்ததுடன், சில பத்திகளை நானே மீண்டும் மொழிபெயர்த்தேன்.

'ஃபுதுஹத்-இ ஆலம்கிரி' (Futuhat-i Alamgiri) என்னும் நூலை ஜோத்பூரைச் சேர்ந்த நகர் வகுப்பு பிராமணரும், முகலாய ஆட்சி அதிகாரியுமான ஈஸ்வரதாஸ் எழுதியுள்ளார். இந்நூலின் காலம் *1700*. ஆனால் ஜாதுநாத் சர்கார் *1730* எனத் தவறுதலாகக் குறிப்பிட்டுள்ளார். *'ஃபுதூஹத்' (Futuhat, 1995)* நூலில் வெளிப் படையாகவே சில வரலாற்றுப் பிழைகள் இருந்தாலும், ஏனைய நூல்களில் இல்லாத முக்கியத் தகவல்கள் உள்ளன.

குறைவாகப் பயன்படுத்தப்பட்ட 'மிராட்-இ அஹ்மதி' *(Mirat-i Ahmadi, 1754)* என்னும் நூல் ஔரங்கசீப் வாழ்க்கையில் குஜராத் நிகழ்வுகளைப் பதிவு செய்துள்ளது.

ஷா நவாஸ் கானின் 'மாசிர் அல்-உமரா' (Maasir al-Umara) *(பதிப்பாசிரியர்கள் அப்துர் ரஹீம் - மிர்ஸா அஷ்ரஃப் அலி - கல்கத்தா, 1888-91)*, *1780* வரையிலான முகலாய முக்கியஸ்தர்களின் வாழ்க்கை வரலாறுகளைச் சுருக்கமாகக் கூறுகிறது. H. Beveridge மற்றும் Baini Prashad ஆகியோர் மொழிபெயர்த்த 'மாஸிர் அல்-உமரா' *(Maasir al-Umara)* நூலையும் *(பாட்னா 1979)* பார்க்கவும்.

பாரசீக மொழி வரலாறுகளுடன் பூஷனின் 'ஷிவ்ராஜ்பூஷன்' *(Shivrajbhushan)* உள்ளிட்ட இந்தி நூல்களையும் குறைந்த அளவே பயன்படுத்தினேன். *(மொழிபெயர்த்த அல்லிசான் புஷ்ஷுக்கு நன்றி.)*

ஞான் சந்திரா மூலம் சமணர்களின் மொழியில் எழுதப்பட்ட சில படைப்புகளும் உதவின. இத்தலைப்பில் முகம்மது அக்ரம் லஹரி ஆசாத் எழுதிய *Religion and Politics in India*, (Delhi, 1990, p234-37)

நூலையும் பார்க்கவும். இரண்டாம் நிலை ஆதாரங்கள் மூலமே சீக்கிய நூல்களைச் சுருக்கமாக ஆய்வு செய்தேன்.

ஔரங்கசீப் வாழ்க்கை வரலாறு குறித்த விரிவான தகவல்களை இந்தியில் எழுதப்பட்ட ராஜபுத்திர அரசவைக் குறிப்புகளில் காணலாம். மேலும் ஔரங்கசீப் மரணத்தைத் தொடர்ந்து ஏற்பட்ட அரசியல் நிகழ்வுகள் லக்ஷ்மிபதி எழுதிய *Avadullacarita* மற்றும் *Nripatinitigarbhitavritta* ஆகிய வடமொழி நூல்களில் விரிவாக இடம் பெற்றுள்ளன.

ஔரங்கசீப்பின் இந்தியா தொடர்பான பதிவுகளுக்காக வேறெதுவும் கிடைக்காத நிலையில், அவசரத் தேவைகளுக்காக வரலாற்று ஆசிரியர்கள், ஐரோப்பியப் பயணக் கட்டுரைகளைப் பயன்படுத்திக் கொள்ளலாம். Niccoli Manucci எழுதிய *Storia do Mogor* (மொழிபெயர்ப்பு: William Irvine, லண்டன் 1907-08); ஃப்ராங்காயிஸ் பெர்னியரின் பயணங்கள் (Francois Bernier's *Travels in the Mogul Empire*, மொழிபெயர்ப்பு Archibald Constable and Vincent Smith, ஆக்ஸ்ஃபோர்ட், 1914); Jean-Baptiste Tavernier எழுதிய *Voyages* (மொழிபெயர்ப்பு V. Ball, லண்டன், 1889) ஆகியவை குறிப்பிடத்தக்கவை.

அதிகம் பிரபலமில்லாத Gemelli Careri, Peter Mundy, William Noris, John Ovington, Jean de Thevenot ஆகியோரையும் குறிப்பிட விரும்புகிறேன். வெளிநாட்டுப் பயணிகள் முகலாய ஆட்சி பற்றிய தங்கள் புரிதலைப் பதிவு செய்துள்ளனர். ஆனால் அறிஞர்களோ இந்தியர்களின் ஆதாரங்களை விடவும், ஐரோப்பியர்களின் நூல்களுக்கே எந்தக் காரணமுமின்றி அதிக சலுகை கொடுத்துள்ளனர். மேற்கத்தியப் பயணிகள் கற்பனையையும் உண்மையையும் எவ்வாறு குழைத்துத் தந்துள்ளனர் என்பதையும் ஏனோ சொல்ல மறந்துவிட்டனர்.

• • •

தன் கடிதங்களின் வாயிலாக ஔரங்கசீப்பும் நேரடியாக இங்கே உரையாடுகிறார். அதே காலகட்டத்தைச் சேர்ந்த முகலாய வரலாறுகளுடன் ஒப்பிடுகையில் இந்தக் கடிதங்கள் அவரது முற்றிலும் வேறுபட்ட ஆளுமையை வெளிப்படுத்தும்.

ஔரங்கசீப் பாரசீக மொழியில் ஏராளமான கடிதங்களை எழுதியுள்ளார். அவற்றுள் சற்றேறக்குறைய 2000 கடிதங்கள்

இன்றைக்கும் கிடைக்கின்றன. *Adab-i Alamgiri*, *Kalimat-i Taiyibat*, *Raqaim-i Karaim* மற்றும் *Ruqaat-i Alamgiri* உள்பட பல தொகுப்புகள் அச்சேறியுள்ளன. மூல பாரசீகத்தின் மிக நெருக்கமான தழுவலாக இருப்பதால், *Bilimoria*-வின் ஆங்கில மொழிபெயர்ப்பையே பெரும்பாலும் பயன்படுத்தி இருக்கிறேன். *Dastur al-Amal Aghahi* மற்றும் *Ahkam-i Alamgiri* உள்ளிட்ட அச்சேறாத தொகுப்புகளை உபயோகப்படுத்தவில்லை.

ஜதுநாத் சர்க்கார் எழுதிய *Anecdotes of Aurangzeb* மொழிபெயர்ப்புக்கு இணையாக *Ahkam-i Alamgiri* இல்லை என்பதும் ஒரு முக்கியக் காரணம். சர்க்கார் எழுதிய *Anecdotes of Aurangzeb* (கல்கத்தா, 1917) நூலில் ஔரங்கசீப் தொடர்பான கிளுகிளுப்பான, கிளர்ச்சியைத் தூண்டும் செய்திகள் ஏராளமாக இருந்தாலும், சில தவறான தகவல்களும் இடம் பெற்றுள்ளன. (சர்க்கார் இதை ஒப்புக்கொண்டு அடிக்குறிப்புகளில் சில அத்தியாயங்களின் உண்மைத் தன்மையை விவரித்துள்ளார்). எனவே சர்க்காரின் 'அனெக்டோட்ஸ்' பதிவுகளைச் சற்று எச்சரிக்கையுடன் பயன்படுத்திக் கொண்டேன். ஔரங்கசீப்பின் இரண்டாவது உயில் (அனெக்டோட்ஸ், பக்கம் 51-55) என்று சொல்லப்படும் பதிவு உள்பட சில புனைவுகளை நான் முற்றிலுமாகப் புறக்கணித்து விட்டேன்.

சாம்ராஜ்ய உத்தரவுகள் (Farman) மற்றும் ராஜ்யத்துக்கு இணையான நிஷான்கள் (Nishan) உள்பட ஔரங்கசீப்பின் ஆணைகள் நமக்குக் கிடைக்கின்றன. இந்துக் கோயில்கள் - மதச் சமூகங்கள் தொடர்பான ஔரங்கசீப்பின் உத்தரவுகள் குறித்த Jnan Chandra-வின் கட்டுரைகள் மற்றும் S.A.A. Tirmize எழுதிய 'முகலாய ஆவணங்கள்' (*Moghul Documents*, Delhi, 1995) ஆகியவை நம்பகத்தக்கவை.

ஔரங்கசீப் காலத்துச் செய்தி அறிக்கைகள் (Akhbarat) பல தொல்லியல் காப்பகங்களில் இன்றைக்கும் கிடைக்கின்றன. இருப்பினும் இந்நூலுக்கான நோக்கம் வரையறுக்கப் பட்டுள்ளதால், ஏனைய அறிஞர்களின் அறிக்கைகள் மூலமே அவற்றை அணுகினேன்.

உதாரணத்துக்கு *Princes of the Mughal Empire* (கேம்பிரிட்ஜ், 2012), என்னும் நூலில் அதன் ஆசிரியர் முனீஸ் ஃபரூகி, கல்கத்தா இந்திய தேசிய நூலகத்திலுள்ள *Akhbarat-i Darbar-i Mualla* செய்தி அறிக்கைகளைப் பெருமளவு பயன்படுத்தியுள்ளார்.

ஔரங்கசீப் குறித்து இரண்டாம் கட்டப் பதிவுகள் விரிவாக இருந்தாலும் நமது எதிர்பார்ப்புக்கு மாறாக ஆழமின்றி மேலோட்டமாகவே உள்ளன. Mountstuart Elphinstone *(1841)* மற்றும் Stanley Lane-Poole *(1893)* வாழ்க்கை வரலாறுகள் அச்சில் உள்ளன என்றாலும் உள்ளடக்கத்தில் காலாவதியாகிவிட்டன. எனவே அந்நூல்களை நான் அதிகம் நம்பவில்லை.

வரலாற்று ஆசிரியரான ஜதுநாத் சர்க்கார் (1870-1958), கடந்த நூற்றாண்டில் ஔரங்கசீப் பற்றிய கணிசமான பங்களிப்பை வழங்கியுள்ளார். ஔரங்கசீப் காலத்தைச் சேர்ந்த பல வரலாறுகளையும் கடிதங்களின் தொகுப்பையும் ஆங்கிலத்தில் மொழிபெயர்த்துள்ளார்.

மேலும் 5 பாகங்கள் கொண்ட மதிப்புமிக்க *History of Aurangzib (1912-24)* உள்பட ஔரங்கசீப் தொடர்பான ஏராளமான நூல்களை அச்சிட்டுள்ளார். ஔரங்கசீப் வரலாற்றைப் பொருத்தவரை சர்க்கார் சொல்வதுதான் இறுதியானது என்ற நிலை நீண்ட காலமாக நிலவியது. எனவே அடுத்த சில பத்தாண்டுகளில் வேறு நூல்கள் அதிகம் வெளிவரவில்லை. ஔரங்கசீப் வரலாற்றை அறிஞர்கள் பின்னர் ஆராயத் தொடங்கியபோதுதான் சர்க்கார் எழுதியதிலிருந்து எவ்வளவு தூரம் அவர் மாறுபட்டிருந்தார் என்பதைத் தெரிந்து கொண்டனர்.

ஜதுநாத் சர்க்காருக்கு நாம் அனைவரும் கடமைப்பட்டுள்ளோம் என்றாலும், அவருடைய பகுப்பாய்வில், வகுப்புவாதம் அதிகமாகவும் அதிகாரப்பூர்வ, நம்பகமான தரவுகள் குறைவாகவும் காணப்படுகின்றன. சர்க்காரின் ஆய்வு நெறிமுறை மற்றும் மரபு பற்றிச் சிந்திக்க ஆர்வமுள்ளோர் திபேஷ் சக்ரபர்த்தி எழுதிய *The Calling of History: Sir Jadunath Sarkar and His Empire of Truth* (சிக்காகோ, 2015) என்னும் நூலைப் படிக்கலாம்.

ஔரங்கசீப் குறித்த கற்றலும் ஆர்வமும் சமீப காலமாக விரிவடைந்துள்ள சூழலில் இந்நூலை எழுதியுள்ளேன். மேற்கூறியுள்ள அறிஞர்களுடன், எம். அத்தார் அலி, சதீஷ் சந்திரா, அஸீசுத்தீன் ஹுசேன், இர்ஃபான் ஹபீப், ஹர்பன்ஸ் முகியா மற்றும் ஜான் ரிச்சர்ட்ஸ் ஆகியோரின் நூல்களும் பயனுள்ளவையாக இருந்தன.

ஔரங்கசீப் ஆட்சியின் குறிப்பிட்ட முக்கிய அம்சங்கள் பற்றிப் பல அறிஞர்கள் எழுதியுள்ளனர். Katherine Asher (கட்டடக்கலை),

Richard Eaton *(கோயில் இடிப்பு)*, Louis Fenech *(சீக்கியர்களுடனான உறவுகள்)*, Yohanan Friedman *(சிர்ஹிந்திக்குத் தடை)*, Jos Gommans *(போர்களும் தக்காண ஆண்டுகளும்)*, Stewart Gordon *(முகலாய-மராத்தா மோதல்)*, B.N. Goswamy *(இந்து துறவிகள்)*, J.S. Grewal *(இந்து துறவிகளும் சீக்கியர்களும்)*, Alan Guenther *(ஃபடாவா-இ ஆலம்கிரி)*, Robert Hallissey *(ராஜபுத்திரர்களுடனான உறவுகள்)*, Shalin Jain *(சமணர்களுடனான உறவுகள்)*, Heidi Pauwels *(கேஷவ தேவா கோயில்)*, Katherine Butler Schofield *(இசை)*, Taymiya Zaman *(பீம்சேன் சாக்ஸேனா)* ஆகியோர் முக்கியமானவர்கள்.

வினய் லாலின் வலைத்தளம் Manas - www.sscnet.ucla.edu/southasia/, ஔரங்கசீப் ஆட்சியின் அதிக சர்ச்சைக்குரிய அம்சங்களின் கட்டுரைகளைச் சுருக்கமாகத் தருகிறது.

Michael H. Fischer எழுதிய *A Short History of the Mughal Empire (லண்டன் 2016); John F. Richards* எழுதிய *The Mughal Empire (கேம்பிரிட்ஜ் 1993);* Francis Robinson எழுதிய *The Mughal Emperors and the Islamic Dynasties of India, Iran, and Central Asia, 1206-1925 (நியூயார்க், 2007)* உள்பட முகலாய வரலாற்றை விவரிக்கும் பல கண்ணோட்டங்கள் முகலாய சாம்ராஜ்யத்தின் சக்ரவர்த்தியாக எவ்வாறு ஔரங்கசீப் பொருந்துகிறார் என்பதை விளக்குகின்றன.

இந்தப் புத்தகத்தை எழுதும்போது இன்னும் அச்சாகாத, விரைவில் வெளிவர இருக்கும் பலரின் நூல்களைப் படிக்கும் பேறு கிடைத்தது. குறிப்பாக சுப்ரியா காந்தி (தாரா ஷுகோ), யேல் ரைஸ் (ஓவியம்) உள்ளிட்ட பலர் ஜுரிச், சுவிட்சர்லாந்தில் 2014ஆம் ஆண்டு நடைபெற்ற தெற்காசிய ஆய்வு மாநாட்டுக்கு, ஐரோப்பிய சங்கத்தின் சார்பில் ஹெய்தி பொவெல் ஏற்பாடு செய்திருந்த குழுவிடம் தங்கள் குறிப்புகளை வழங்கினர்.

ஔரங்கசீப் மீதான ஆர்வம் சமீப காலமாக அதிகரித்துள்ள சூழலில், கிடைக்கும் இரண்டாம் நிலை ஆதாரங்கள் மூலம், வரும் ஆண்டுகளில், எண்ணற்ற அறிஞர்கள் இன்னும் ஆழமாக ஆய்வு செய்யத் தயாராக இருப்பார்கள்.

. . .

ஔரங்கசீப் தொடர்பான ஆதாரங்களின் நிறை குறைகளுக்கு இரு இறுதியான சொற்கள் உத்தரவாதமாகத் தரப்படுகின்றன.

'அக்பராத்' உள்பட முக்கிய ஆதாரங்களின் அணுக்கம் அறிஞர்களுக்குக் கிடைக்காத நிலையிலும், முகலாய மன்னர்களிலேயே அதிக அளவில் ஆவணப்படுத்தப்பட்டவர் ஔரங்கசீப் மட்டுமே.

மேலும் ஔரங்கசீப் தொடர்பான புதிய தகவல்களும் தொடர்ந்து வந்து கொண்டே இருக்கின்றன. எடுத்துக்காட்டாக, 2011இல் அலிகர் முஸ்லிம் பல்கலைக்கழக அலமாரியிலிருந்து சக்ரவர்த்தியின் வாள் உருண்டு வெளியே விழுந்தது. தனியார் சந்தையிலும் சில ஆவணங்கள் கிடைக்கின்றன. உதாரணத்துக்கு, ஔரங்கசீப் வெளியிட்ட அரசாணையை, 2014இல் கிரிஸ்டி என்பவர் £27,500க்கு (ரூ.27,61,275) விற்பனை செய்தார். எனவே ஔரங்கசீப் குறித்துத் தீவிர ஆய்வு மேற்கொள்ள விரும்புவோர்க்கு ஆதாரங்களின் / ஆவணங்களின் தட்டுப்பாடு நிச்சயம் ஏற்படாது.

இருப்பினும், வரலாற்றுச் சான்றையும் சட்டப்பூர்வ வரலாற்றுக் கூற்றையும் எது உருவாக்குகிறது என்பது குறித்து சாதாரண வாசகர் மற்றும் அறிஞர் ஆகிய இருவருமே எச்சரிக்கையாக இருக்கவேண்டும். ஔரங்கசீப்பின் காட்டுமிராண்டித்தனம் குறித்துத் தனிநபர்கள் வழங்கும் 'ஆதாரம்', இந்து - முஸ்லிம் மோதலின் சந்தேகத்துக்குரிய நவீன போக்குகளாலேயே புரிந்து கொள்ளப்படுகிறது. இவை பெரும்பாலும் புனையப்பட்ட ஆவணங்கள், அப்பட்டமான தவறான மொழிபெயர்ப்புகள் உள்ளிட்ட பொய்யுரைகளில் உழல்கின்றன.

ஔரங்கசீப்பைக் கண்டிக்கும் பலருக்கு வரலாற்றுத் துறையில் போதிய பயிற்சியோ நவீனத்துக்கு முந்தைய பாரசீகத்தைப் படிப்பதற்குத் தேவையான அடிப்படைத் திறன்களோ இல்லை. எனவே, ஔரங்கசீப்பின் வகுப்புவாதம் குறித்து குவிந்துகிடக்கும் படைப்புகளைச் சந்தேகத்தோடுதான் அணுகவேண்டியிருக்கும்.

வரலாற்று மனிதரும் அரசருமான ஔரங்கசீப் ஆலம்கீர் பற்றி நமக்கிருக்கும் குறைவான அறிவை இன்னும் ஆழப்படுத்துவதே இந்த வாழ்க்கை வரலாற்றின் நோக்கமாகும்.

ஆட்ரே ட்ரஷ்கெ

நியூ ஜெர்சியில் உள்ள ரட்கெர்ஸ் பல்கலைக்கழகத்தில் தெற்காசிய வரலாற்றுத் துறை உதவிப் பேராசிரியராகப் பணிபுரிகிறார். 2012ஆம் ஆண்டு கொலம்பியா பல்கலைக்கழகத்திலிருந்து முனைவர் பட்டம் பெற்றவர். தொடக்க நவீன கால, நவீன கால இந்தியாவின் (1500 முதல் தற்காலம்வரை) பண்பாட்டு, அறிவுசார் வரலாற்றை ஆய்வு செய்தும் வகுப்பெடுத்தும் வருகிறார்.

இவருடைய முதல் நூல், *Culture of Encounters: Sanskrit at the Mughal Court*.

ஜனனி ரமேஷ்

மொழிபெயர்ப்பாளர், எழுத்தாளர், கட்டுரையாசிரியர். சட்டம், இலக்கியம், வரலாறு, வர்த்தகம், அரசியல், இதழியல் என்று பல துறைகளில் பட்டங்கள் பெற்றவர். காப்பீட்டுத் துறையில் 40 ஆண்டுகள் பணியாற்றி அதிகாரியாக ஓய்வு பெற்றவர். பல்வேறு விருதுகளும் பெற்றிருக்கிறார்.

நீங்கள் விரும்பும் புத்தகம் உங்கள்
வீடு தேடி வர அழையுங்கள்

Dial for Books

94459 01234

9445 97 97 97

WhatsApp No

95000 45609

www.dialforbooks.in

www.amazon.in

www.flipkart.com